तुरुंगातील पत्रे

लेखक
अर्न्स्ट टोलर

अनुवाद
वि. स. खांडेकर

मेहता पब्लिशिंग हाऊस

- *या पुस्तकातील लेखकाची मते, घटना, वर्णने ही त्या लेखकाची असून त्याच्याशी प्रकाशक सहमत असतीलच असे नाही.*

तुरुंगातील पत्रे / अनुवादित पत्रे

अनुवाद : वि. स. खांडेकर

© सुरक्षित

मराठी अनुवादाचे व प्रकाशनाचे हक्क मेहता पब्लिशिंग हाऊस, पुणे

प्रकाशक : सुनील अनिल मेहता, मेहता पब्लिशिंग हाऊस,
१९४१, सदाशिव पेठ, माडीवाले कॉलनी, पुणे - ४११०३०.

प्रकाशनकाल : फेब्रुवारी, १९४७ / नोव्हेंबर, १९४७ / डिसेंबर, १९४८ /
ऑक्टोबर, १९९६ / नोव्हेंबर, २०१३ /
पुनर्मुद्रण : ऑक्टोबर, २०१७

P Book ISBN 9788171616336

E Book ISBN 9789386342874

E Books available on : play.google.com/store/books
m.dailyhunt.in/Ebooks/marathi
www.amazon.in

('तुरुंगातील पत्रे' हे पुस्तक आरंभी तीन भागांत प्रसिद्ध झाले होते, या पुस्तकात हे तिन्ही भाग आम्ही एकत्र केलेले आहेत.)

दोन शब्द

माझा फलज्योतिषावर विश्वास नाही; पण योगायोगावर मात्र आहे. मी दैववादी नाही. मात्र कुठल्याही खेळाप्रमाणे आयुष्याच्या खेळातही नशिबाचा म्हणून काही भाग असतोच असतो, असे मला वाटते. केवळ ग्रह उच्चीचे आहेत, म्हणून एखादा सामान्य खेळाडू क्रिकेटचे मैदान गाजवू शकेल, असे थोडेच आहे! पण ऐन वेळी आकाशाला रागावण्याची लहर आली आणि नको असलेला पाऊस पडू लागला, म्हणजे पट्टीच्या क्रीडापटूचा खेळसुद्धा बेभरवशाचा होतो. आयुष्य हे अपघातांनी भरलेले आहे, हेच खरे! मग ते अपघात ध्येयाच्या अथवा प्रीतीच्या रम्य रूपाने येवोत किंवा संकटांच्या आणि मृत्यूच्या भीषण स्वरूपात प्रकट होवोत.

माझ्या आवडीच्या अनेक लेखकांच्या बाबतीत योगायोगाचा हा मजेदार अनुभव मला आला आहे. पुण्या-मुंबईतल्या पुस्तकविक्रेत्यांच्या सुसज्ज दुकानांत ज्यांचे मला कधीच दर्शन झाले नाही, ते प्रतिभावंत एखाद्या स्नेह्याच्या घराच्या कोपऱ्यात मला भेटले आहेत. या लेखकांची पुस्तके त्या मोठमोठ्या दुकानात मुळीच नसतील, असे नाही. पण दुकानदाराच्या दृष्टीने ते लेखक डोळ्यांत भरण्याजोगे नसावेत! आणि अपरिचित नाव वाचून कुठलेही पुस्तक विकत घेण्याची इच्छा माझ्या मनात सहसा उत्पन्न होत नाही.

टोलरची आणि माझी गाठ पडली, ती अशीच– अगदी योगायोगाने. १९३७ सालच्या मे महिन्यात 'अमृत' बोलपटाची कथा लिहिण्याकरिता मी शिरोड्याहून कोल्हापूरला आलो. माझा मुक्काम दिग्दर्शक विनायकराव यांच्या घरीच होता. चित्रपटाचे काम झटपट संपवून कोकणात परत

जावयाचे, या कल्पनेने मी बरोबर माझी आवडती पुस्तके मुद्दामच आणली नव्हती. पण त्या वेळी चंद्रमोहन हा नट हंस पिक्चर्सने पैदा केला असल्यामुळे आणि 'अमृत' मध्ये त्याला शोभेल अशी भूमिका नसल्यामुळे त्याच्याकरिता म्हणून आधी दुसरा चित्रपट लिहायचे ठरेल. साहजिकच नव्या चित्रपटाच्या चर्चेत दिवसांमागून दिवस जाऊ लागले. 'ज्वाला' या चित्रपटाच्या पूर्वतयारीला मी त्या वेळी लागलो होतो. पण कुठलेही कथाबीज अंकुरित आणि पल्लवित होत असताना काही-काही वेळा लेखकाच्या मनात आनंद आणि असंतोष यांचे जे विचित्र द्वंद्व सुरू होते, त्यामुळे तो इतका बेचैन होतो; की सांगून सोय नाही. जवळच पाणी मिळेल, म्हणून हौसेने खणावयाला लागावे आणि खाली चांगला काळा फत्तर मिळावा, तसे अनुभव अशा वेळी लेखकाला येतात. सौंदर्य, सामर्थ्य आणि साधुत्व यांचा संगम ज्याच्यात प्रचीत होतो, असे वाङ्मय वाचणे हा मनाच्या असल्या विचित्र अस्वस्थपणावर रामबाण उपाय आहे, असा माझा आजपर्यंतचा अनुभव आहे. 'ज्वाले'च्या वेळी या बेचैनपणाचे झटके मला जसजसे येऊ लागले, तसतशी शिरोड्याला राहिलेल्या माझ्या अत्यंत आवडत्या पुस्तकांची मला आठवण होऊ लागली. पण गोड आठवणींवर मनुष्य थोडाच जगू शकतो! शेवटी दुधाची तहान ताकावर भागवावी, म्हणून विनायकरावांच्या टेबलावर पडलेली नवीन पुस्तके मी चाळू लागलो. एका पुस्तकाच्या नावाने चटकन माझे लक्ष वेधून घेतले, 'Letters From Prison' (तुरुंगातील पत्रे). लगेच माझ्या मनात आले, हे लिखाण कुठल्या तरी देशभक्ताचे असावे! हा लेखक मोठा निधड्या छातीचा असेल. जुलमी राजसत्तेविरुद्ध बंड उभारून तो तुरुंगातही गेला असेल. त्याच्या धैर्याला माझे शतशः प्रणाम असोत. पण... आपल्या अस्वस्थ मनाला हा लेखक शांती देऊ शकेल काय? आपली भूक सामान्य वाचनाची नाही. ती जितकी बौद्धिक आहे, तितकीच भावनात्मकही आहे. तिचे समाधान प्रेरक आणि प्रभावी प्रतिभाच करू शकेल.

मी हातातले पुस्तक उघडले, ते चार-पाच पत्रे नमुना म्हणून वाचून पाहण्याकरिता आणि ते मी मिटले... सर्व पत्रे वाचून झाल्यावरही ते मिटले, असे मला वाटेचना! अंतःकरणाचा ठाव घेणारे किती तरी उत्कट प्रसंग आणि विचारांना वेगाने चालना देणारे किती तरी उद्गार माझ्या डोळ्यांपुढे एकसारखे नाचत होते. एकेका पुस्तकाने कल्पना आणि भावना फुलविण्याचे सामर्थ्य या पत्रांत होते. जीवनमंदिराच्या

प्रत्येक कोपऱ्यावर प्रकाश टाकण्याची शक्ती त्यांच्यात होती. आजच्या जगातल्या आणि जीवनातल्या अनेक कटू प्रश्नांची प्रामाणिक उत्तरे या पुस्तकात दिलेली होती. कला आणि क्रांती यांचा संगम किती मनोहर होऊ शकतो, याचा विरळ असलेला अनुभव ही पत्रे वाचताना मी घेतला. एका कलावंत क्रांतिकारकाच्या आत्म्याशी मला गुजगोष्टी करायला मिळाल्या. भोग आणि त्याग, प्रतिभा आणि प्रज्ञा, विचार आणि आचार, कठोरपणा आणि कोमलपणा यांच्या संगमांत न्हाऊन निघालेल्या टोलरच्या व्यक्तित्वाचे मला विलक्षण आकर्षण वाटू लागले. माझ्या हातातल्या पुस्तकात लहानमोठ्या असंख्य चांदण्यांनी भरलेल्या गगनमंडलाची शोभा अवतरली आहे, अशी कल्पना त्या वेळी माझ्या मनात येऊन गेली.

एका दिवसात मी टोलरचा भक्त झालो. 'तुरुंगातली पत्रे' मराठीत अनुवादून टोलरच्या प्रभावी, प्रामाणिक आणि वैचित्र्यपूर्ण अशा व्यक्तित्वाची ओळख आपल्या वाचकांना करून देण्याची इच्छा माझ्या मनात तत्काळ उत्पन्न झाली. जवळजवळ दहा वर्षांनी ती अंशत: सफल होत आहे.

टोलरचे व्यक्तित्व किती आकर्षक होते, हे त्याच्या आत्मकथेतल्या खालील तीन उताऱ्यांवरून स्पष्ट दिसून येईल.

१

'कलावंताने एक गोष्ट कटाक्षाने टाळली पाहिजे. ती म्हणजे प्रवाहपतित होणे– सर्वसामान्य मनुष्याच्या दृष्टीने सामाजिक समस्यांकडे पाहणे– ही होय. कुठलाही सामाजिक प्रश्न हा सत्प्रवृत्ती आणि असत्प्रवृत्ती यांच्यामधला उघडउघड लढा नसतो. जगात सज्जनांचा मार्गदर्शक म्हणून देव उभा आहे आणि दुर्जनांचा नायक म्हणून सैतान दंड थोपटून त्याला आवाहन देत आहे, ही कल्पनाच दूधखुळेपणाची आहे. कुठल्याही प्रश्नाची एक बाजू संपूर्णपणे काळीकुट्ट अथवा पांढरीशुभ्र असते, अशी समजूत करून घेणारा कलावंत–

छे! त्याला कलेचे खरे मर्म समजलेच नाही, असे मी म्हणेन. कलावंताचे ध्येय एखादे तत्त्व सिद्ध करून दाखविणे हे नाही. मानवी मनाच्या विलक्षण गुंतागुंतीवर नवा प्रकाश टाकणे हे कलेचे मुख्य कार्य आहे. अनेक श्रेष्ठ कलाकृतींत राजकीय आशय असतो; नाही, असे नाही! पण कलेचा बुरखा पांघरून स्वैरसंचार करणारा राजकीय प्रचार

आणि अशी श्रेष्ठ कला यांची आपण गल्लत करता कामा नये. असल्या प्रचाराचा मुख्य हेतू कुठली तरी तात्कालिक गोष्ट लोकांच्या डोळ्यांपुढे झगझगीतपणे उभी करणे एवढाच असतो. खऱ्या कलेपेक्षा या प्रचारात जसे अधिक असे काही तरी असते, तसेच तिच्यात असलेले, पण याच्यात नसलेले असेही काही तरी असतेच असते. जनतेला प्रक्षुब्ध करून तिच्याकडून तत्काळ काही तरी कृती करून घ्यायची असेल, तर हे कार्य प्रचारप्रधान कलेच्या हातूनच अधिक यशस्वी होण्याचा संभव आहे. पण श्रेष्ठ कलेमध्ये जो सखोलपणा असतो, हृदयाचा तळ ढवळून काढण्याचे जे अलौकिक सामर्थ्य तिच्यात दृग्गोचर होते, त्याचा आढळ प्रचारकी वाङ्मयात सहसा होत नाही. अस्सल कला जीवनाच्या गांभीर्याची जाणीव निर्माण करते. हॅबेलने अधिक सुंदर शब्दांत हाच भावार्थ व्यक्त केला आहे. तो म्हणतो,

'श्रेष्ठ कला जगाला निद्रेतून जागृत करीत असते.'

कुठल्याही कलेचा उत्कट आविष्कार पाहा. त्याला कालाचे बंधन असू शकत नाही. अशी कला जशी जीवनातील गगनचुंबी गिरिशिखरे गाठू शकते, तशी ती त्याच्यातल्या सागराच्या खोल-खोल तळांचा कानोसाही घेऊ शकते. मात्र हे करीत असताना सर्वसामान्य मनुष्याच्या दृष्टिपथात येणाऱ्या मोहक स्थळांवरही तिला रमत राहावे लागते. या दुसऱ्या गोष्टीकडे जर कलेने दुर्लक्ष केले, तर चालू पिढीला तिचे आकर्षण वाटणार नाही. कलावंताला तात्कालिक व सर्वकालीन यांचा संगम साधावा लागतो, असे म्हणतात, त्याचा अर्थ हाच आहे. श्रेष्ठ कला आजच्या माणसाप्रमाणे उद्याच्या मानवतेलाही आवाहन देत असते. चालू क्षणाबरोबर अनंत कालालाही ती प्रफुल्लित करू इच्छिते.'

२

'तुरुंगवास ही ज्ञानाची गुरुकिल्ली आहे, असे मी म्हटले, तर तुम्हांला कदाचित हसू येईल. पण कारागृहात विविध व्यक्तींच्या निकट सहवासात राहिल्यामुळे मनुष्यस्वभावाचे जे ज्ञान मला झाले, ते बाहेरच्या जगात कवी म्हणून वावरून मला कधीच संपादन करता आले नसते. भाराभर पुस्तके आणि शेकडो आकड्यांचे तक्ते यांनी कामगारवर्गाच्या परिस्थितीविषयी मला जे ज्ञान बाहेर कधीही प्राप्त झाले नसते, ते चार भिंतींत मला सहजासहजी मिळाले. कामगारकैद्यांना घरून येणारी पत्रे मी वाचली. त्या

पत्रांना त्यांनी पाठविलेली उत्तरेही मला पाहायला मिळाली. त्यांच्या आशाआकांक्षा आणि सुखदु:खे यांचे मला अगदी जवळून दर्शन झाले – त्यांचे गुण आणि अवगुण यांची मला कारागृहानेच यथार्थ कल्पना आणून दिली. या प्रचंड पिंजऱ्यात मानवी मनाची केवढी मोठी सात्त्विक शक्ती अकारण गंजत, कुजत पडलेली आहे, याची मला येथेच तीव्र जाणीव झाली.

या कामगारांपैकी अनेकांना वाचायला शिकायची पहिली संधी तुरुंगातच मिळाली. किती उत्सुकतेने आणि आनंदाने त्यांनी तिचा फायदा घेतला. ज्याला तत्त्वज्ञान या शब्दाचा पुरा अर्थसुद्धा ठाऊक नसेल, अशा एका कामगाराने इथे काँटचा अभ्यास करायला सुरुवात केली. पहिल्या पाच-सहा ओळी वाचताच त्याला चक्कर आल्यासारखे झाले. पण लवकरच तत्त्वज्ञानाच्या गहन प्रश्नाचेसुद्धा त्याला आकलन होऊ लागले. कित्येकांनी राजकारणाकडे पाठ फिरवली आणि ते धर्माकडे वळले. अनेक जडवादी मित्रांनी फितूर झालेले लोक म्हणून त्यांची थट्टा आरंभली. त्या थट्टेचे उत्तर म्हणून ते नुसते स्मित करीत असत! कामगारांचे जे एक कायम ठशाचे चित्र माझ्या डोळ्यांपुढे पूर्वी उभे राहत असे, ते किती अवास्तव होते, हे या उदाहरणांनी मला दाखवून दिले. कामगारवर्गाच्या खऱ्याखुऱ्या जीवनाचे आणि भावनांचे ज्ञान तुरुंगवासाने मला दिले. इथे सर्व संकेत आपोआप गळून पडले आणि साहजिकच सत्याचे दर्शन झाले.'

३

'माझे बालपण माझ्या डोळ्यांपुढे उभे राहिले, बरोबरीची मुले 'भिकारडा ज्यू कुठला!' म्हणून मला हिणवीत आणि मग मी ख्रिस्ताच्या चित्रापुढे उभा राहून माझ्या बालपणाचे मुके दु:ख त्याला सांगण्याचा प्रयत्न करी.

युद्धाचा तो पहिला दिवस! केवढा आनंद झाला होता मला त्या दिवशी! आता ज्यू म्हणून माझ्याकडे कोणीही बोट दाखविणार नाही, या कल्पनेने मी अगदी वेडा होऊन गेलो. देशाकरता प्राण देऊन, मी खराखुरा जर्मन आहे, हे सिद्ध करण्याची तीव्र इच्छा माझ्या मनात निर्माण झाली. आघाडीवरून मी अधिकाऱ्यांना कळविले,

'ज्यू लोकांच्या यादीतून माझं नाव तुम्ही खुशाल खोडून टाका.'

पण... हे सारे फुकटच गेले काय? मी जर्मनीवर अगदी अंत:करणपूर्वक प्रेम केले आहे. भूमध्यसमुद्राजवळची विविध आणि रमणीय निसर्गदृश्ये पाहत असतानाही माझे मन जन्मभूमीतल्या देवदारूंच्या बनांसाठी आणि उत्तर जर्मनीतल्या शांत-गंभीर सरोवरांशी मूक संभाषण करण्यासाठी

हुरहुरत नव्हते काय? ज्या जर्मन भाषेत माझे मन विचार करीत होते, ती भाषा माझी मातृभाषा नव्हती काय? ती भाषा हा माझ्या जीवनाचा एक अभंग भाग नव्हता काय?

पण... मी ज्यू होतो...

रक्त हीच काय जगातली सर्वांत मोठी कसोटी मानावयाची? कोण कोणत्या वंशातला आहे, यापलीकडे इतर गोष्टींना मानवी जीवनात काहीच किंमत नाही काय? मी जर्मनीत जन्मलो, जर्मनीत लहानाचा मोठा झालो. मी जर्मनीतल्या हवेवर जगलो आहे, जर्मनीच्या आत्म्याने माझ्या हृदयाची ज्योती प्रज्वलित केली आहे. माझ्यातला किती भाग जर्मन आहे आणि किती भाग ज्यू आहे, हे...

छे! मनुष्याचे असे तुकडे-तुकडे करण्यासारखा जगात दुसरा कुठला वेडेपणा असू शकेल काय?

मी एका ज्यू आईच्या पोटी जन्माला आलो. जर्मनीने माझ्या शरीराचे पालनपोषण केले. युरोपने माझ्या आत्म्याला संस्कारसंपन्न बनविले. धरणी हेच माझे घर आणि सारे जग हीच माझी पितृभूमी.'

'मी जर्मन होतो' (I was a German) ही टोलरची तेजस्वी आत्मकथा अशा हृदयस्पर्शी अनुभवांनी आणि प्रभावी विचारांनी नटलेली आहे. तिचा व टोलरच्या नाटकांचा परिचय मराठी वाचकांना करून देण्याची इच्छा किती तरी दिवस माझ्या मनात घोळत आहे. ती केव्हा सफल होईल, ती होवो. आज आकाराने लहान, पण व्यक्तित्वाच्या आविष्काराच्या दृष्टीने अत्यंत गोड अशी त्याची काही पत्रे मी वाचकांना सादर करीत आहे. या अनुवादात मी मूळच्या पत्रांचा कालानुक्रम पाळलेला नाही. टोलरचे समग्र चरित्र, त्या काळच्या जर्मनीतल्या सामाजिक आणि राजकीय घडामोडी, युरोपातले त्या वेळचे विविध राजकीय प्रवाह आणि त्यांचे संघर्ष, इत्यादिकांची सविस्तर माहिती असल्याशिवाय कालानुक्रमाने त्याच्या सर्व पत्रांचा अनुवाद वाचण्यात वाचकांना स्वारस्य वाटले नसते.

मी या पत्रांची जी निवड केली, ती सर्वसामान्य वाचकांच्या दृष्टीने. आधुनिक काळातल्या एका प्रतिभासंपन्न, ध्येयवादी आणि असामान्य अशा आत्म्याच्या सहवासात त्याच्या चार घटका उदात्त आनंदात जाव्यात, म्हणून अनुवाद मी जरूर तिथे किंचित स्वैर केला आहे, तो याच हेतूने.

ही पत्रे छोटी आहेत खरी! पण कवित्व आणि कर्तृत्व या दोन्ही दृष्टींनी त्यांत प्रतिबिंबित झालेले व्यक्तित्व फार मोठे आहे, ते जितके कलापूर्ण, तितकेच जीवनदर्शी आहे, असा माझ्याप्रमाणे वाचकांनाही अनुभव येईल, अशी माझी खातरी आहे.

ता. २६-१-४७   −वि.स. खांडेकर
खासबाग, कोल्हापूर.

दोन शब्द

रिकाम्या बाटल्यांचे ओझे नेणाऱ्या हमालापेक्षा डोक्यावरून हापूस आंब्यांची करंडी घेऊन जाणाऱ्या हमालाला अधिक आनंद होतो, असे मी म्हटले, तर–

तर मराठी वाङ्मयातल्या वास्तवतेचे संरक्षण करण्याकरता आपली फौंटनपेने सरसावून बसलेले अनेक वर्तमानपत्री टीकाकार माझ्यावर क्षणार्धात तुटून पडतील. ते तावातावाने म्हणतील,

"आजचे लेखक घरातल्या आरामखुर्चीत पडून गरिबांची दु:खं वर्णन करण्याचा आव आणतात, असं जे आम्ही प्रतिपादन करीत आलो आहो, त्याचा हा ताजा पुरावा आहे! अंगात गरम स्वेटर घालून आणि गळ्याला उबदार मफलर गुंडाळून, थंडीने कुडकुडणाऱ्या अर्भकाचे हाल वर्णन करणाऱ्या असल्या लेखकांना चांगली सक्तमजुरीची शिक्षा ठोठावली पाहिजे! म्हणे, डोक्यावरून रिकाम्या बाटल्या नेण्यापेक्षा हापूस आंबे घेऊन जाणाऱ्या हमालाला अधिक आनंद होतो. अहो खांडेकर, हे तुमचं स्वप्नरंजन आता बस्स् झालं. काही असलं, तरी ओझं ते ओझं! ते उचलण्यात कसला आनंद आलाय?"

या टीकाकारांचे खंडन करण्याकरता नव्हे, तर स्वत:चा एक अनुभव सांगण्याकरता म्हणून टोलरच्या पत्रांचा अनुवाद करताना मला झालेला आणि होत असलेला आनंद अवर्णनीय आहे, एवढे मला इथे नमूद केलेच पाहिजे. 'फोडिले भांडार, धन्याचा हा माल, मी तो हमाल भारवाही,' हीच माझी या बाबतीतली भूमिका आहे. पण ही हमाली करताना माझ्या विचारांना जी चालना मिळाली, माझ्या भावनांना जी धार चढली, माझ्या कल्पनेला जो उल्हसितपणा प्राप्त झाला आणि

माझ्या आत्मज्योतीची काजळी झाडली गेल्यामुळे तिला जो प्रसन्नपणा आला – हा सारा अनुभव अगदी विरळ, किंबहुना अपूर्व असा होता.

तुरुंगातल्या पत्रांच्या पहिल्या भागाचे विविध मनोवृत्तींच्या वाचकांनी मोठ्या उत्साहाने स्वागत केले. त्यामुळे ही हमाली मला अधिकच आनंददायक वाटू लागली. कुणी कुणी आपल्याला कुठली पत्रे विशेष आवडली, ते मला कळविले. सर्वांची आवड कधीच सारखी नसते, हा चिरपरिचित अनुभव त्यांनी कळविलेले पत्रांचे आकडे ताडून पाहतांना पुन्हा एकदा मला आला. पाकोळ्यांच्या जोडप्याने टोलरच्या कोठडीत बांधलेल्या घरट्यासंबंधीचे पत्र (नं. २९) हे सर्वांत सरस आहे, असे एकाचे म्हणणे पडले. मला वाटते, या गृहस्थाला पाळीव पशुपक्ष्यांविषयी फार प्रेम वाटत असावे. दुसऱ्याचे म्हणणे, टोलरने लहान मुलांना उद्देशून लिहिलेले पत्र (नं. ३५) हे निःसंशय अप्रतिम ठरेल. या गृहस्थाला मुलांची फार हौस असावी, असा मी मनाशी तर्क बांधला. तिसऱ्याने कला व प्रचार यांच्याविषयी टोलरने व्यक्त केलेले विचार (नं. ३९) अत्यंत प्रभावी आहेत, असे आपले ठाम मत प्रकट केले होते. अशी अनेकांनी अनेक पत्रे निवडली. पण अजून माझ्या मनाला एक रुखरुख लागलीच आहे. मला स्वतःला अतिशय आवडणाऱ्या पत्राचा (नं. ३) मात्र अद्यापि कुणीच आवर्जून उल्लेख केलेला नाही.

या पत्रांतून 'दुसरा भाग केव्हा प्रसिद्ध होणार?' या प्रश्नापासून 'टोलर- सारख्या धीरवीर पुरुषानं शेवटी आत्महत्या कशी केली?' या प्रश्नापर्यंत नाना प्रकारच्या विचारणा वाचकांनी केल्या आहेत. यांतल्या पहिल्या प्रश्नाचे उत्तर म्हणून हा दुसरा भाग आज मी वाचकांच्या सेवेला सादर करीत आहे. तिसरा भागही तीन-चार महिन्यांत रुजू करीन, असे म्हणतो.

इतर प्रश्नांची उत्तरे इतकी सोपी नाहीत. टोलरची आत्मकथा, त्याच्या नाट्यकथा, इत्यादी वाङ्मय मराठी रसिकांना वाचायला मिळाल्यानंतरच या प्रश्नांची चर्चा करणे योग्य ठरेल. टोलरच्या पत्रांतून त्याचे जे काव्यात्म, पण धीरगंभीर व्यक्तित्व प्रकट झाले आहे, त्यावरून त्याचा अंत आत्महत्येने व्हावा, ही घटना अत्यंत विलक्षण वाटते, यात संशय नाही. तुरुंगातल्या स्वप्नातसुद्धा खरे वाटले नसते. पाच वर्षे कारागृहात काढल्यानंतरही त्याचा आशावाद मावळला नव्हता आणि त्याची प्रखर तत्त्वनिष्ठ वृत्ती जशीच्या तशी कायम होती, हे त्याच्या आत्मकथेतील खालील वर्णनावरून सहज लक्षात येईल.

“माझ्या सुटकेच्या आदल्या दिवशी तुरुंगावरल्या अधिकाऱ्याने मला भेटीला बोलावले. एखाद्या मित्राप्रमाणे हसत-हसत तो मला म्हणाला,

‘तुम्हांला मला दोन निरोप सांगायचे आहेत. त्यातला एक आनंददायक आहे. दुसरा मात्र तितकासा सुखकारक नाही. म्हणून तो दुसराच मी आधी तुम्हांला सांगतो. तुरुंगात पाच वर्षे काढूनही तुमची मते बदलली नाहीत, अशी अधिकाऱ्यांची खातरी खाली आहे. ह्याचा अर्थ देशाच्या सुरक्षिततेला तुमच्यापासून पूर्वीइतकाच धोका आहे. तुम्हांला दूर ठेवल्यानेच तो धोका टाळता येईल. म्हणून तुम्ही बव्हेरिया सोडून जात आहात, अशी खातरी करून घेण्याकरिता तुम्हांला बरोबर माणसे देऊन सरहद्दीपर्यंत पोहोचविण्यात येईल. या प्रवासाचा सारा खर्च तुम्हांलाच करावा लागेल. आता मी जो आनंदाचा निरोप सांगणार होतो, तो हा– उद्या दुपारी एक वाजून अठरा मिनिटांनी तुमची सुटका व्हायची होती. पण आम्ही तुम्हांला एक दिवस आधी जाण्याची सवलत देत आहो. तुम्हांला तुमच्या मित्रांना भेटून जाता येईल.’

एवढे बोलून जवळ उभ्या असलेल्या दोन गुप्त पोलिसांचे काम करणाऱ्या सार्जंटाकडे बोट दाखवीत तो म्हणाला,

‘हे सद्‌गृहस्थ सॅक्सनीच्या सरहद्दीपलीकडं तुम्ही जाईपर्यंत तुम्हांला सोबत करतील.’

‘पुढली गाडी केव्हा सुटते?’ मी विचारते.

‘ती काळजी तुम्ही करू नका. मोठमोठी शहरं आणि उद्योगधंद्यांची केंद्रं वाटेत लागणार नाहीत, अशा बेतानंच आम्ही तुमच्या जाण्याच्या मार्गाची आखणी केली आहे. शहरांतले आणि औद्योगिक केंद्रांतले कामगार तुमच्या सुटकेमुळं होणाऱ्या आनंदाचं अवास्तव प्रदर्शन करतील! आणि तुम्हांला आता जर कशाची जरुरी असेल, तर ती शांत निवांतपणाची! थोड्याशा दूरच्या वाटेनं जाऊनसुद्धा सोळा जुलैला तुम्ही सरहद्दीवर सुरक्षित पोचाल.’

पण मला माझ्या मित्रांच्याकडे परत जायची संधी मिळाली नाही. माझ्या अंगावरले सर्व कपडे उतरवून माझी अगदी कसून झडती घेण्यात आली. मग मी माझ्या सर्व वस्तू गोळा केल्या आणि दोन्ही बाजूंना दोन सार्जंट घेऊन तुरुंगाच्या फाटकातून बाहेर पडलो.

मी स्वतंत्र झालो! आता मी ज्या हवेत श्वासोच्छ्वास करीत होतो, ती तुरुंगाच्या गजांतून येणारी हवा नव्हती! मला दिसणाऱ्या आकाशाचे लोखंडी गजांनी तुकडे-तुकडे केलेले नव्हते!

स्टेशनकडे जाणाऱ्या रस्त्यावर सायकलस्वारांच्या पथकाचा पहारा होता. हे सायकलस्वार कसरत करून दाखविणाऱ्या खेळाडूंप्रमाणे निरनिराळी मोहक वळणे घेत सायकली चालवत होते. खुद्द स्टेशनवर तर सशस्त्र पोलिसांची एक खास तुकडीच माझ्या स्वागतार्थ उभी केली.

मी माझ्या बरोबरीच्या लोकांना प्रश्न केला,

'माझा आज हा एवढा सन्मान कशासाठी चाललाय्?'

माझ्या बरोबरच्या गुप्त पोलिसांपैकी एकाने उत्तर दिले,

'तुम्ही तुरुंगातून सुटल्यावर तुमचा जीव घ्यायचा प्रयत्न होणार आहे, अशी बव्हेरियन सरकारला कुणकुण लागली होती. तुम्ही सरहद्दीपलीकडं जाईपर्यंत तुमच्या सुरक्षितपणाची जबाबदारी सरकारवर आहे. त्यासाठी आज इतका कडेकोट बंदोबस्त ठेवण्यात आला आहे. बव्हेरियन सरकारनं तुमच्याविषयी दाखविलेली ही काळजी लक्षात घेऊन तुम्ही पुढं या गोष्टीची मित्रत्वाच्या नात्यानं आठवण कराल, अशी आम्हांला खातरी आहे.'

सरहद्दीवर त्यांनी मला पलीकडच्या गाडीत नेऊन बसविले.

आता मी एकटा होतो.

पण मी स्वतंत्रही होतो.

मी डब्यातली खिडकी उघडली आणि बाहेर पाहू लागलो. काळोखातून चांदण्या स्नेहपूर्ण दृष्टीने माझ्याकडे पाहत होत्या.

'पाकोळ्यांची गीते' या माझ्या पुस्तकातील काही ओळी मला आठवू लागल्या...

"तुरुंगाच्या या लोखंडी गजांच्या खिडकीतून पृथ्वीवर पसरलेल्या या रात्रीकडे मी पाहत आहे. पाकोळ्यांच्या जोडप्यातली मादी आपल्या मधुर स्वप्नात गुंग होऊन अस्पष्ट चिवचिव करीत आहे. नाही, मी एकटा नाही! चंद्र, तारे, आणि चांदण्यात चमकणारी ही मुकी शेतं हे सर्व माझे मित्र आहेत.

खरंच! तुरुंगातल्या पाच वर्षांत मी एकटा असा कधीच नव्हतो. त्या सुखशून्य एकांतवासात एकटेपणाच्या आगीनं माझं हृदय कधीच दग्ध झालं नाही. मला किती तरी मित्र होते! चंद्र आणि सूर्य, अंगणातल्या लहान-लहान डबक्यांना गुदगुल्या करीत जाणारा वारा, वसंत ऋतूत दगडांच्या फटीतून वर डोकावून पाहणारे गवत, या सर्वांनी मला दिलासा दिला होता.

हे सर्व माझे स्नेही होते. बाहेरच्या जगातले प्रेमाचे आणि अभिनंदनाचे

संदेश तेच मला सांगत, जिथे भीतीचे राज्य नाही, भुकेची आग नाही, अशा न्याय, स्वातंत्र्य आणि मानवता यांनी भरलेल्या जगावरली माझी श्रद्धा तेच फुलवीत असत!

मी तीस वर्षांचा झालो!
माझे केस करडे होऊ लागले!
पण मी थकलो नव्हतो - भागलो नव्हतो!''

तुरुंगातल्या हाल-अपेष्टांनी आणि जाचाकाचांनी टोलरचे मन अणुमात्रसुद्धा दुबळे झाले नव्हते, हे त्याच्या या आत्मकथनावरून उघड होते. कारागृहातल्या कोठड्यांत अनेक निखाऱ्यांचे कोळसे होतात, असा अनुभव आहे. पण हा निखारा तिथे विझला नाही; उलट, तिथल्या पिसाट वाऱ्याने तो अधिकच प्रज्वलित झाला.

अशी अलौकिक आत्मशक्ती असलेल्या मनुष्याने आत्महत्या का करावी? या प्रश्नाचे उत्तर एकच आहे – प्रत्येक मोठ्या मनुष्याचे मन हे एक अत्यंत अवघड असे कोडे असते. गांधीजींचे जीवन हे एक कोडे, असे आपण म्हणतो, हे याच भावनेने! असामान्य माणसात विविध पण उत्कट मनोवृत्तींचे मोठे विचित्र संमेलन झालेले असते. टोलर कवी होता व वीरही होता. पण तो संत नव्हता. गांधीजींच्या मनाच्या घडणीत चटकन भावनाविवश होणाऱ्या कवीपेक्षा तात्त्विक दृष्टीने पाहणाऱ्या संताचा अंश अधिक आहे. त्यामुळेच गेले वर्षभर नौखालीपासून पंजाबपर्यंत सर्व कोमल भावनांची प्रेते तुडवीत आणि पदोपदी माणुसकीचा उपहास करीत मृत्यूचा जो नंगानाच सुरू आहे, तो पाहूनही आपल्या उपदेशकाच्या भूमिकेला ते चिकटून आहेत. वय, अनुभव व प्रकृतिधर्म तिन्हींमुळे विकसित होणारी ही स्थितप्रज्ञता टोलरला लाभली नव्हती. त्याचे कविमन अतिशय नाजूक होतो. स्वत:भोवती अग्निज्वाला भडकल्या असताना ते जरी कधीच म्लान झाले नाही, तरी आपल्याला प्रिय असलेल्या सर्व गोष्टींचा आणि ध्येयांचा संहार होत असलेला पाहून ते कोमेजून गेले. हे कविमन किती कोमल होते, याची थोडीशी कल्पना यावी, म्हणून त्याच्या आत्मकथेतला एक प्रसंग खाली देतो–

'खंदकात खणत मी उभा होतो. माझ्या पिकावाचे टोक कशाला तरी लागले. मी झटक्याने तो पदार्थ बाहेर ओढून काढला. ते एक कसलाही आकार नसलेले लहानसे गाठोडे होते. मी खाली वाकून

पाहिले मात्र! माझ्या अंगावर शहारे आले. ते माणसाचे उरले-सुरले शरीर होते. कुणाचे तरी प्रेत तिथे पुरले होते.

प्रेत... मेलेला मनुष्य!

तो मेलेला मनुष्य फ्रेंच नव्हता!

तो मेलेला माणूस जर्मन नव्हता!

तो एक प्राणाला मुकलेला मनुष्य होता!

माझ्या मनात आले : ही सर्व प्रेते एके काळी चालतीबोलती माणसे होती. माझ्याप्रमाणेच तीही श्वासोच्छ्वास करीत होती. त्यांनाही आईबाप होते. जिच्यावर त्यांनी मनःपूर्वक प्रेम केले असेल, अशी स्त्रीही त्यांच्यापैकी प्रत्येकाच्या आयुष्यात येऊन गेली असेल! या प्रेतांपैकी प्रत्येकाचा कुठे ना कुठे तरी एखादा जमिनीची छोटा तुकडा असेल! ही माणसे जिवंत असताना त्यांच्या चेहऱ्यांवर त्यांची सुखदुःखे प्रतिबिंबित झाली असतील! सूर्याचा उज्ज्वल प्रकाश आणि आकाशाचे विविध रंग यांनी आनंदित होणारे डोळे त्यांनाही लाभले होते! ही सर्व जाणीव ज्या क्षणी मला झाली, त्याच क्षणी एक गोष्ट मला कळून चुकली – सत्याचे दर्शन घेण्याची माझी इच्छा नव्हती. म्हणून आजपर्यंत मी आंधळ्यासारखा वागत होतो! आता मला ते सत्य दिसले. ही सारी मेलेली– छे! मारलेली माणसे– मग ती फ्रेंच असोत वा जर्मन असोत– भाऊ-भाऊ होती. आणि... आणि... मी त्या सर्वांचा भाऊ आहे!

यानंतर कुठल्याही प्रेताच्या चेहऱ्याकडे निरखून पाहिल्यावाचून मला पुढे जाता येईनासे झाले. ऐहिक जीवनाने त्या मनुष्याच्या आत्म्यावर घातलेला मुखवटा मृत्यूने दूर केलेला असे! मी मनातल्या मनात त्याला प्रश्न करी, 'तू कोण होतास? तुझं घर कुठं आहे? तुझ्याकरता आता कोण शोक करतंय?' मात्र हे जे विपरीत घडत आहे, त्याबद्दल कुणाला दोष द्यायचा? हा प्रश्न मी कुठल्याही प्रेताला कधीच विचारला नाही!

एकदा मी रणांगणावरल्या मुदपाकखान्यातून थोडी कॉफी आणीत होतो. रस्त्याच्या बाजूला बसलेला एक शिपाई मला दिसला. अगदी पोरगेलासा होता तो! पुरी वाढ न झालेल्या त्याच्या शरीरावर गणवेष कसा तरी लोंबत होता. जणू काही तो आपल्या बापाचेच कपडे घालून लढाईवर आला होता! आपल्या दोन्ही हातांत तोंड खुपसून तो कोवळा पोरगा रडत होता. एकदम त्याचे दोन्ही हात निर्जीव वस्तूप्रमाणे खाली आले. अंगाचे गाठोडे करून तोही जमिनीवर पडला.

मी विचारले,

"काय झालंय, रे?"

त्या मुलाचे अंग थरारले, पण त्याने मान वर करून काही माझ्याकडे पाहिले नाही.

मी पुन्हा विचारले,

"काय झालंय, ते सांग ना."

तो मुलगा एखाद्या कळसूत्री बाहुल्याप्रमाणे ताठ बसला. त्याच्या डोळ्यांतून अश्रुधारा वाहत होत्या. त्याच्या खांद्यावर मी माझा हात ठेवला. मोठ्या कष्टाने मान हलवून आपल्या पाठीमागे काही तरी आहे, असे त्याने सूचित केले. तिथं दुसरा शिपाई-शिपाई कसला? एक पोरगाच- पडला होता. त्याच्या तोंडावरली टोपी मी उचलली. त्याच्या अरुंद कपाळावर त्याच्या केसांचा एक झुबका पसरला. त्याचे डोळे मिटले होते. त्याच्या तोंडाचा आणि हनुवटीचा नुसता रक्तबंबाळ लद्दा झाला होता!

त्याचा तो सोबती मला म्हणाला,

"माझा दोस्त होता हा! एकाच शाळेत, एकाच वर्गात आम्ही शिकलो. माझ्यापेक्षा वर्षभरानं लहानच होता तो! पुरा सतरा वर्षांचासुद्धा नसेल! मी आपण होऊन सैन्यात दाखल झालो. त्याला प्रथम येता आलं नाही. त्याची आई त्याला काही केल्या जाऊ देईना! बिचारीचा एकुलता एक मुलगा होता. त्याला लाज वाटू लागली या गोष्टीची! आम्ही दोघांनी खूप वादविवाद करून शेवटी त्याच्या आईचे मन वळविले. आम्हांला आघाडीवर येऊन फक्त एक आठवडा झाला, आणि... आज तो मला सोडून गेला. काय लिहू मी त्याच्या आईला?"

"त्यानं आपलं कर्तव्य बजावलं, असं लिही" असे काही तरी ठरावीक बोलण्याची माझी इच्छा होती. पण ते शब्द काही केल्या माझ्या तोंडातून बाहेर पडेनात! माझ्या तोंडात कसला तरी विलक्षण कडवटपणा निर्माण झाला. असल्या शिळ्या शब्दांनी आणि पढीक पोपटपंचीने हृदयाला झालेल्या जखमांच्या वेदना कमी होत नाहीत, असा विचार माझ्या मनात येऊन गेला!'

मात्र टोलरचे हे कविमन जितके हळुवार तितकेच चिंतनशील होते. त्याने समाजवादाचा आमरण सक्रिय पुरस्कार केला. आपल्या या श्रद्धेबद्दल अभूतपूर्व कष्ट भोगले. मात्र आपली ही जीवनश्रद्धा अंध होणार नाही, याविषयीही तो सदैव दक्ष राहिला. त्याचे चरित्र अनेक रोमांचकारक

घटनांनी भरलेले आहे, हे खरे; पण त्याच्या बाह्य चरित्रापेक्षा त्याचे मानसिक संघर्ष अधिक मनोज्ञ आणि मार्गदर्शक आहेत. त्याच्या अंतर्मुखतेची, चिंतनशीलतेची आणि प्रतिभेच्या विशालत्वाची कल्पना खालील उताऱ्यावरून कुणालाही येऊ शकेल...

'जसजसे तुरुंगातले जीवन माझ्या अंगवळणी पडले, तसतसे माझे मन बाह्य गोष्टींवरून उडाले. ते अंतर्मुख झाले. मी अधिक खोल जाऊन विचार करू लागलो. माझ्या क्रांतीच्या आठवणी माझ्या मनाला व्यथित करून सोडू लागल्या.

माझ्या मनामध्ये एक विलक्षण अंत:कलह सुरू झाला. पाशवी शक्तीचा तिरस्कार करणाऱ्या समाजवाद्यांनी स्वत:चे हेतू साध्य करून घेण्याकरिता साधन म्हणून तिचा उपयोग करू नये, अशी श्रद्धा मी पूर्वीपासून बाळगीत आलो होतो. पण आता खुद्द मीच त्या शक्तीचा आश्रय घेत होतो, तिला आवाहन करीत होतो! एवढा रक्तपाताविषयी तिटकारा वाटणारा मी! पण आता मीच रक्तपाताला कारणीभूत झालो होतो!

स्टॅडेलहेमच्या तुरुंगातून पळून जाण्याची एक संधी आपल्याला कशी प्राप्त झाली होती आणि आपल्या पळून जाण्यामुळे एक वॉर्डर नाहक प्राणाला मुकेल, हे लक्षात आणून आपण त्या संधीचा फायदा घेण्याचे कसे नाकारले, याची मला आठवण झाली. त्या नंतरच्या काळात बऱ्याच गोष्टी घडून आल्या होत्या. जगाचे भवितव्य घडविण्याचा प्रयत्न करणाऱ्या आणि राजकारणात शिरून आपली ध्येये साध्य करू पाहणाऱ्या माणसांची स्थिती कशी होत असली पाहिजे, याचा मी विचार करू लागलो. अन्यायावर केवळ पाशवी शक्तीने विजय मिळवायचा नाही, असे ध्येय ज्यांनी उराशी धरले आहे, त्यांना जगात फक्त एकच मार्ग मोकळा असतो आणि तो म्हणजे सेंट फ्रॅन्सिसचा आत्मक्लेशाचा, आत्मार्पणाचा मार्ग होय, असे मॅक्सवेबरने म्हटले आहे. या उद्गारात फार मोठे सत्य भरले आहे, असे मला वाटू लागले. जग सुधारू पाहणाऱ्या मनुष्याचे हात रक्ताने माखल्याशिवाय कुठलाही बदल होऊ नये, असाच का सृष्टीचा संकेत आहे? बहुजन समाज ध्येयापेक्षा भूक आणि दारिद्र्य यांनीच कार्यप्रवृत्त होतो, हा नित्याचा अनुभव आहे.

पण या समाजाने पाशवी शक्तीचा त्याग केला आणि तिच्या जागी उच्च ध्येयाची स्थापना केली, तर त्याला या जगात विजय मिळविता येईल काय? मनुष्याचे स्वत:चे व्यक्तित्व आणि बहुजन समाजाचे

प्रतिनिधित्व ही एकाच मनात खेळीमेळीने नांदू शकतील काय? व्यक्ती आणि समाज ह्यांच्यामधल्या झगड्याचा निर्णय व्यक्तीचे मन घेते; पण तो झगडा शेवटी लढविला जातो समाजातच! व्यक्ती या नात्याने मनुष्य आपल्या ध्येयाकरिताच धडपडत राहील! तो जगाची पर्वा करणार नाही. पण समाजाचा एक घटक या नात्याने तो ज्या मार्गांनी आपला इष्ट हेतू साध्य करील, त्यात त्याची ध्येये शिल्लक राहतीलच, असा नियम नाही. व्यक्तीची नीतिमूल्ये आणि समाजाची नीतिमूल्ये यांच्यांतला हा फरक कधीच नाहीसा होणार नाही का? माझ्या स्वत:च्या आयुष्यात हा प्रश्न पूर्वीच उद्भवला होता; आणि तो सोडविण्याचा मी निष्फळ प्रयत्नही केला होता.

माझ्या मनातल्या या द्वंद्वातूनच 'Masses and Man' या माझ्या नाटकाचा जन्म झाला. या प्रश्नाने माझे मन इतके व्यापून टाकले होते, त्याने मी इतका त्रासून आणि गोंधळून गेलो होतो; की ही सारी क्षुब्धता कुठल्या तरी मार्गाने प्रकट करण्यानेच मला समाधान लाभणार होते! या प्रश्नांच्या सर्व बाजूंची नाट्यमय मांडणी करून त्यातल्या मध्यवर्ती संग्रामावर शक्य तेवढा प्रकाश पाडण्याचा मी प्रयत्न केला.

हे नाटक मी फार थोड्या दिवसांत लिहिले. तुरुंगात प्रत्येक दिवशी रात्री नऊ वाजता दिवे मालविले जात. मेणबत्त्या वापरण्याची आम्हांला परवानगी नव्हती. म्हणून टेबलावर एक लांबलचक कापड घालून मी त्याच्याखाली जमिनीवर लिहिण्याकरिता बसत असे. त्या कापडामुळे माझ्या मेणबत्तीचा प्रकाश बाहेर कुणालाही दिसत नसे! दररोज रात्रभर अशा रीतीने त्या नाटकाचे लेखन करून अगदी सकाळ होईपर्यंत मी ते संपविले.'

या उताऱ्यात व्यक्त झालेला मानसिक संघर्ष गांधींच्या कुठल्याही महत्त्वाच्या प्रवचनात शोभून जाईल, असाच आहे. टोलरचे हे वैशिष्ट्यच आहे. त्याचे कोणतेही लिखाण पाहा, जीवनातल्या एखाद्या महत्त्वाच्या प्रश्नावर भेदक प्रकाश टाकणारा मार्मिक विचार त्यात नाही, असे व्हायचेच नाही. हे विधान ज्यांना अतिशयोक्तिपूर्ण वाटेल, त्यांनी फक्त या पुस्तकातली पत्रे वाचली, तरी ते माझ्याशी सहमत होतील, अशी माझी खातरी आहे.

ता. ६-१०-४७   –वि. स. खांडेकर
कोल्हापूर.

तुरुंगातील पत्रे

भाग : एक

●

पूज्य
साने गुरुजींस

●

१

प्रिय टेसा,

हे पत्र मी लिहीत असताना हॅम्बुर्गमध्ये माझ्या 'ट्रान्स्फिग्युरेशन' या नाटकाचा पहिला प्रयोग होत आहे. किती दुर्दैवी आहे मी! स्वतःच्या नाट्यकृतीचा रंगभूमीवरला पहिला प्रयोग पाहण्याचे स्वातंत्र्यसुद्धा नाही मला! या भावनावशतेचं माझं मलाच हसू येतं. पण – काही म्हटलं, तरी अशा वेळी माणूस थोडाफार बेचैन होतोच होतो. नाही का?

आजच पहिल्यांदा माझं अंथरूण सुटलं. माझ्या पायाची जखम आता चांगली भरत आलेली आहे. मात्र त्याचा अंगठा पूर्ववत होणार नाही, त्याच्यात ताठपणा राहणारच, असं डॉक्टरांचं मत आहे. या तुरुंगाची काही तरी आठवण राहायलाच हवी होती ना? ती या अंगठ्याच्या रूपानं राहणार असं दिसतं. अंगठ्याचा खालचा भाग हलविताना मला बिलकूल त्रास होत नसल्यामुळे या जन्माच्या आठवणीनं रडत बसावं लागणार नाही हे एक प्रकारचं भाग्यच म्हणायचं. एखाद्या तज्ज्ञाकडून उपचार करून घेता आले असते, तर हा दोषसुद्धा सहज दूर होऊ शकला असता. पण डॉक्टर म्हणाले तेच खरं. मी तुरुंगात आहे. मी स्वतंत्र मनुष्य नाही.

आजच्या टपालानं तुझं पत्र आलं. आता तू दक्षिणेत प्रवास करीत आहेस हे वाचताच – किती तरी वेळ या फळफुटांच्या बिछान्यावर गोड-गोड स्वप्नात मी तुझ्याबरोबर व्हेनिस, मिलान, रोम, नेपल्स, इत्यादी रम्य स्थळी भटकत आहे असा भास होत होता मला.

किती भाग्यवान आहात तुम्ही! माझ्या स्वप्नसृष्टीतल्या नंदनवनात तुम्ही प्रवास करीत आहा हे पाहून मला किती किती आनंद झालाय म्हणून सांगू? अहाहा – ती भूमी म्हणजे – जिकडे-तिकडे जीवन नाचत आहे, विविध रंगांचं संमेलन दृष्टीला सुखवीत आहे! विपुलतेचं वैभव – शरीराला सुखविणारी हवेतली ऊब – उज्ज्वल प्रकाश – निळं निळं आकाश – तरुणींच्या कोकिळकंठातून बाहेर पडणारी भावपूर्ण गीतं–

मी बिछान्यावर अंग टाकतो आणि स्वच्छंदी जीवनाच्या या स्वैर, उत्कट पण अतृप्त लालसेनं वेडा होऊन दोन्ही हातांनी घट्ट दाबून धरलेल्या उशीवर माझा सारा राग काढतो. लहान पोराप्रमाणं तिचे चावेसुद्धा घेऊ लागतो मी.

प्रिय टेसा, हे वाचून तू मनात अस्वस्थ होशील. प्रियजनापाशी अंतःकरण उघडून दाखविलं म्हणजे त्याच्या वेदना कमी होतात. म्हणून मी हे सारं तुला लिहिलं पण त्यात भिण्यासारखं काहीच नाही. जुलुमापुढं मी रेसभरही नमणार

नाही. हालअपेष्टा माझा क्षणभरही पराभव करू शकणार नाहीत. अगदी नि:शंक राहा तू. माझ्या शक्तीला शरण आणण्याचं सामर्थ्य तुरुंगाच्या भिंतीतच काय, पण संगिनींत आणि तोफांतही नाही.

खरं सांगू? माझ्या हालअपेष्टांपेक्षा बाहेरच्या बहुजनसमाजाच्या अनंत दु:खाच्या जाणिवेनेच माझं मन अधिक भारावून जातं. तुरुंग हा यमराजाचा रंगमहाल आहे हे खरं. पण तुरुंगाबाहेर तरी काय आहे? खून – रक्तपात – अन्नान्नदशा – काळजाचे लचके तोडणाऱ्या काळज्या – केविलवाण्या मुद्रेनं आणि निस्तेज डोळ्यांनी हात पसरून उभे राहिलेले लाखो भुकेकंगाल, आणि या सर्वांच्या जोडीला येत्या दहावीस वर्षांत युरोपच्या नशिबी काय-काय वाढून ठेवलंय याविषयी मन व्यग्र करून टाकणारे अगणित अमंगल विचार!...

जी सत्ता आम्हांला काबीज करता येत नाही, ती आंधळेपणानं मानवतेकडे पाठ फिरवून काळवाटेनं चालली आहे. त्या वाटेच्या शेवटी युद्धाच्या खाईखेरीज दुसरं काय असणार आहे?

एके काळी माझा पुनर्जन्मावर विश्वास होता. नव्या मंगल सृष्टीच्या निर्मितीवर माझी श्रद्धा होती. अनेकदा मनात येतं – तो विश्वास – ती श्रद्धा मला पुन्हा संपादन करता आली, तर किती बरं होईल!

सत्याचं राज्य स्थापन होण्याचा दिवस जवळ येत चालला आहे आणि शुभ्र वस्त्रं परिधान केलेल्या विजयी मानवतेचा अवतार लवकरच होणार आहे, असे शब्द मी ज्या-ज्या वेळी वाचतो, त्या-त्या वेळी माझा अंतरात्मा आक्रंदून म्हणतो – खोटं आहे हे! तू खोटं बोलत आहेस!

बिचारी मानवता – अनंत काळापासून असहाय असलेली – नेहमी सुळावर चढविली जाणारी निष्पाप निरपराधी मानवता!

सत्याचा विजय! न्यायाचा विजय –

हे शब्द उच्चारताना माझ्या जिभेला किती विलक्षण कडवटपणा जाणवतो म्हणून सांगू?

नवं जग निर्माण करण्याच्या समाजवादाच्या सामर्थ्यावर मी श्रद्धा ठेवीत आलो. कदाचित माझ्या आयुष्यातलं सर्वांत मोठं असत्य हेच असू शकेल. कदाचित...

समाजवाद! नवी समाजरचना! अत्यंत आवश्यक असलेली अशी नवीन अर्थव्यवस्था – तिच्यातून नवं सुखी जग निर्माण होणार नाही काय? जितकं प्रचंड, तितकंच अवघड काम आहे हे!

आणि मनुष्य? माणसाचं काय होणार? केवळ कृत्रिम आर्थिक समतेनं नवा मनुष्य निर्माण होणं शक्य आहे काय?

मनाची कशी तडफड होते अशा वेळी? जीवनलतेची पाळंमुळंच कोणी तरी उखडून टाकीत आहे असे वाटू लागतं. पण ही समस्या अपरिहार्य आहे. या बिकट प्रश्नाला कधी ना कधी तरी मी तोंड द्यायलाच हवं होतं. हा प्रश्न म्हणजे भावनाशील मनाचा हळवेपणा नव्हे किंवा तुरुंगातील हालअपेष्टांनी निर्माण केलेला दुबळेपणाही नव्हे!

करड्या रंगाच्या या दगडी इमारतीत थंडी कशी अंगाला झोंबत आहे. आकाशाचीसुद्धा आमच्यावर वक्र दृष्टीच आहे. किती दिवस झाले! एकसारखा पाऊस पडत आहे.

प्रिय टेसा, मी तुझं आनंदानं स्वागत करतो. मी तुझ्या अगदी जवळ आहे हं. खरंच, किती जवळ आहे मी तुझ्या!

कधी कधी मात्र मी तुझ्यापासून अत्यंत दूर आहे याची जाणीव मला होते. पण ती एकटेपणाची जाणीव मला भयाण अशा दुःखाच्या दरीत लोटू शकत नाही. एकान्तातच मनुष्याला नव्या उज्ज्वल मार्गाचं दर्शन होतं. हिरव्यागार कुरणात झोपी गेलेला मनुष्य जागा होऊन भोवताली पाहू लागला म्हणजे त्याच्या मुद्रेवर सुंदर स्मित झळकतं ना! एकान्तातल्या चिंतनानंतर येणारी जागृतीही तितकीच आल्हादकारक असते.

२

प्रिय टेसा,

तुरुंगात मी खूप खूप वाचन केलं असेल अशी तुझी कल्पना झालेली दिसते. तुझ्या पत्रातल्या वाचनाबद्दलच्या या प्रश्नाला उत्तर द्यायच्या आधी माझ्या मनाचा सहसा कुणाच्या लक्षात न येणारा एक विशेष तुला सांगू का? किती तरी वर्षं मनाच्या या विचित्र सवयीचा ताप मला होत असे. ते एक प्रकारचं आपल्या बुद्धीचं वैगुण्यच आहे असं मला वाटे. मला खूप खूप वाचताच येत नसे कधी! अगदी जिव्हाळ्याला जाऊन भिडणारं एखादं पुस्तक हाती आलं, तरी थोडीशी पानं वाचून झाली म्हणजे जणू काही माझी दमछाकच होई! नाइलाजानं ते पुस्तक मला मिटावं लागे. अत्यंत अस्वस्थ अशा मन:स्थितीत मी ते पुस्तक दुसऱ्या दिवशी हातात घेण्याचा प्रयत्न करीत असे. पण – छट्! दुसरा दिवस काय, दुसरा आठवडा उजाडला, तरी माझी वाचनाच्या बाबतीत प्रगती होत नसे. इच्छाशक्तीचा कण नि कण जागृत करून तिच्या साहाय्याने मी जेव्हा आटोकाट धडपड करी, तेव्हा कुठं माझं वाचनाचं गाडं हळूहळू पुढं चालू

लागे! पण आपण स्वत:वर हा एक प्रकारचा जुलूम करून घेतोय ही जाणीव काही केल्या नाहीशी होत नसे. वाचन संपून महिनान् महिना लोटला म्हणजे मग त्या पुस्तकाकडे मी टीकादृष्टीनं पाहू लागायचा! आणि कित्येक पुस्तकांच्या बाबतीत तर वाचनाला वर्षानुवर्षं झाली, तरी माझ्या मनात एकही विचार उत्पन्न होत नसे.

या विचित्र विशेषाची त्या वेळी मी माझ्या बुद्धीच्या वैगुण्यात गणना करीत होतो. पण तुरुंगातल्या अनुभवाने मला एक गोष्ट कळून चुकली – ते वैगुण्य नव्हतं, तो गुण होता. माझा अंतरात्मा ज्या वेळी उपाशी असतो, त्याच वेळी माझी वाचनाची भूक वाढते, मी खूप खूप वाचू शकतो. पण जेव्हा माझ्या मनाचं भांडार विविध अनुभूतींच्या संपदेनं गच्च भरलेलं असतं. तेव्हा पुस्तकांतून आढळणाऱ्या विचारधनाविषयी मी उदासीन होतो. मनाची अशी संपन्नता असणं हे आत्मनिष्ठ मनुष्याच्या बाबतीत कदाचित वैगुण्य ठरू शकेल. पण मला ती उपकारकच होत आली आहे. आर्थिक, राजकीय किंवा ऐतिहासिक वाचनाला मात्र हा नियम लागू नाही हं!

माझी ही विशिष्ट सवय पहिल्यांदा माझ्या लक्षात आली, तेव्हा मी फार तर तेरा वर्षांचा असेन! अद्‌भुतरम्य गोष्टी वाचायचं वय होतं ते माझं. पण आपल्या बहिणीचा ग्रंथसंग्रह धुंडाळताना तेरा वर्षांच्या अर्न्स्टनं अँडरसनच्या परीकथा शोधून काढल्या नाहीत! त्यानं जे पुस्तक वाचायला घेतलं, त्याचं नाव होतं 'सृष्टीतले प्रेमजीवन.'

तुरुंगातल्या या दीर्घ काळात मी अनेक ग्रीक नाटकं वाचली, गॉस्पेल्स वाचली, मास्टर एकहार्टचे ग्रंथ वाचले. दुर्मीळ संगीत आणि दिव्य भास यांच्या सुंदर संगतीत ज्यांनी माझे गेले अनेक दिवस मोठ्या आनंदानं घालविले, अशा काही पुस्तकांची नावं तुला कळविल्यावाचून मला राहवत नाही. सेनेका, एपिक्युरस, प्लेटो यांच्यासारखे ग्रंथकार आणि मिल्टनचं 'पॅराडाइज लॉस्ट,' शेक्सपीअरचं 'किंग लीअर,' डॉस्टोव्हेस्कीचं 'क्राइम अँड पनिशमेंट,' बायरनचं 'केन,' गटेचं 'पोएट्री अँड ट्रूथ', टॉलस्टॉयची डायरी आणि त्याच्या लघुकथा, चेकॉव्हची 'दि स्टोरी ऑफ ए नर्स' – किती नावं लिहू? एक भली मोठी यादीच होईल ती! पण कुठलीही जंगी यादी ही एक प्रकारची गल्लत असते. म्हणून ती करण्याच्या फंदात मी पडत नाही.

प्रकाशित होणारी सर्व नवी नाटकं मला इथं मिळतात. ती वाचून मी किती निराश होतो म्हणून सांगू? माझ्या पिढीतले सर्व नाटककार आजच्या जीवनातल्या विविध भीषण संग्रामाकडे पाठ फिरवून लेखन करीत आहेत. चालू काळातल्या कारुण्यानं भरलेल्या घडामोडीचं रेखाटन करण्याचं बुद्धिपुर:सर टाळीत आहेत

ते! इतकंच नव्हे, तर त्यांना या घडामोडीचं नीट आकलनसुद्धा झालेलं दिसत नाही हे पाहून मला फार वाईट वाटतं. हल्लीची नाटकं वाचून मी निराश होतो असं मी वर लिहिलं आहे, नाही? छे! निराशा हा अगदी चुकीचा शब्द मी वापरला! तिरस्काराच्या न्याय्य भावनेला निराशा कोण म्हणेल? आशा बाळगण्याइतकी ज्यांची लायकी असेल, त्यांच्याविषयी निराश होण्यात काही अर्थ आहे! पण असल्या क्षुद्र सामान्य कृतीविषयी –

स्ट्रिंडबर्गच्या अचाट प्रतिभासामर्थ्याचं ओझरतं दर्शन तरी आज आपल्या नाट्यवाङ्मयात कुठं तरी होत आहे का? इब्सेनचं निर्दोष शिल्प एका ठिकाणी तरी दिसत आहे का? नाट्यकलेच्या या अवनतीचं कारण एकच आहे. आमच्या रंगभूमीवर कृत्रिम रचनेत कुशल असलेले नाटककार असतील! पण नवनव्या सामाजिक अनुभवांतून नाट्यनिर्मिती करण्याची प्रतिभा त्यांच्या अंगी नाही. फांदीचा झाडाशी जितका निकट संबंध असतो, तितकाच त्यांच्यासारख्या लेखकांचा सामाजिक अनुभूतीशी असतो – निदान असायला हवा! पण –

आमचे सर्व नाटककार सुखवस्तू वर्गांतले आहेत. हा सुखवस्तू वर्ग आता मृत्युपंथाला लागला आहे. नव्या काळाच्या हातोड्याखाली तो छिन्नभिन्न होत आहे, वार्धक्यानं दुर्बळ झालेल्या एखाद्या थेरड्यानं तरुणाचा आव आणून जगण्याची धडपड करावी, तशी या वर्गाची स्थिती झाली आहे, आणि त्या वर्गाचे प्रतिनिधी असलेले आमचे प्रमुख नाटककार या सामाजिक वार्धक्यानं निर्माण केलेल्या गोंधळाची चित्रं रंगवीत बसले आहेत! इतर काही नाटककार समाजाच्या निरनिराळ्या वर्गांतून नुसता फेरफटका करीत आहेत. पण त्यांना कुठल्याच वर्गाविषयी आपलेपणा नसल्यामुळे त्यांच्या कलाकृतीत रसोत्कटता कुठून येणार? शतकातून क्वचित निर्माण होणारा एखादा प्रतिभावान नाटककार अपरिचित जीवनाच्या चित्रणातसुद्धा अप्रतिम रंग भरू शकेल. पण ते असामान्याचं काम आहे. येरागबाळांना ती कुवत नसते. सामान्य लेखकांची अशा स्थितीत दुर्दशा झाल्यावाचून राहत नाही. वल्ही नसलेली फुटकी होडकी वादळ नेईल तिकडे वाहत जातात ना? तशी या लेखकांच्या बुद्धीची गत होते. त्यांच्या लेखनामागं प्रेरक विचारशक्ती नसते, जिव्हाळ्याचा अनुभव नसतो, तत्त्वनिष्ठा नसते, काही नसतं. कशाविषयी ना दुःख, ना आनंद! असले दुबळे व्यक्तित्व प्रभावी कलाकृती कधीच निर्माण करू शकत नाही.

अपूर्व अशा संक्रमणकालातून आपण प्रवास करीत आहो. आम्ही पहिलं बी पेरीत आहो. आमच्या मागून येणाऱ्या पिढ्या चांगली नांगरट करून ते जमिनीत खोलखोल रुजवितील. खरंखुरं सामाजिक सुख ही एका पिढीत पिकणारी गोष्ट नव्हे! या पिकासाठी असंख्य पिढ्या खर्ची घालाव्या लागतात.

जेव्हा अनेक पिढ्यांतली कर्तबगार माणसं रक्ताचं पाणी करीत मृत्यूला मिठ्या मारतात, या बियाची रोपं पुन:पुन्हा लावण्याचं आणि जरूर तेव्हा तण उपटून टाकण्याचं काम जेव्हा अगणित पिढ्या आनंदानं करतात, तेव्हा कुठं त्यांच्या पुढल्या भाग्यवान पिढीला दाण्यांनी भरलेली कणसं कापण्याचं भाग्य इतिहास देतो.

आपल्या नाट्यवाङ्मयाला उतरती कळा लागली आहे. प्रभावी नाट्य आज आटून गेल्यासारखं वाटत आहे हे खरं! पण कदाचित या निराशाजनक परिस्थितीतूनच महाकाव्याचं पुनरुज्जीवन होईल. आपल्या आजच्या कथावाङ्मयातली विशालता लक्षात घेतली, त्यात आढळून येणारी उद्याच्या मोठेपणाची बीजं पाहिली, म्हणजे महाकाव्याची निर्मिती जवळ आली आहे या कल्पनेवर विश्वास ठेवण्याचा मोह मला अगदी अनावर होतो.

पत्र लिहिता-लिहिता मिनिटभर मी थांबलो. भर दुपारी वळकटीच्या या बिछान्यावर मी अंग टाकून दिलं आणि उन्हाची गोडगोड ऊब मनमुराद अनुभवली.

प्रिय टेसा, माझ्या शिक्षेची अर्धी मुदत संपली आहे. औषधाचा निम्मा पेला रिकामा झाला आहे.

३

प्रिय हॅरी,

नुकताच एक तरुण मित्र माझा निरोप घेऊन इथून गेला. तो गेलं दीड वर्ष होता इथं. अठराव्या वर्षीच तो समाजवादाचा पुरस्कर्ता झाला. पण त्याची ही नवी भूमिका कायद्याला पसंत न पडल्यामुळं सरकारी पाहुणचार घेण्याकरता त्याला इथं यावं लागलं. तू मोठा होशील, तेव्हा या तरुणाच्या वीरवृत्तीची पुरी कल्पना येईल तुला. ज्याच्यासाठी जगावं किंबहुना ज्याच्यासाठी मरणही पत्करावं असं त्याला वाटत आलं, त्या ध्येयाकरता तो अखंड धडपडत आहे. आपल्या ध्येयावरली त्याची श्रद्धा कधी क्षणभरसुद्धा ढळली नाही. ही गोष्ट त्याच्या प्रभावी व्यक्तित्वावर केवढा प्रकाश टाकते! नाही?

येत्या शनिवारी ख्रिस्ती धर्माचा स्वीकार केल्याबद्दलचे तुझे संस्कार पूर्ण व्हायचे आहेत. होय ना? या तरुण मनुष्याच्या श्रद्धेने तू धर्माकडे पाहत आहेस किंवा रूढी, परंपरा आणि वडील माणसं जे सांगतील, ते मुकाट्यानं मान्य करणं हे आपलं कर्तव्य आहे या भावनेनं तू धर्मस्वीकाराची शपथ घेत आहेस याची मला कल्पना नाही. ते काहीही असलं, तरी माझं तुला एक सांगणं आहे

– जे तुला सत्य आणि पवित्र वाटत असेल, त्याच्याशी नेहमी एकनिष्ठ राहा. ध्येयच्युती हा जीवनातला सर्वांत मोठा शाप आहे याचा स्वत:ला कधीही विसर पडू देऊ नकोस. केवळ तशी रूढी आहे म्हणून किंवा एखादी गोष्ट लोकप्रिय आहे म्हणून तिचा दुबळेपणानं स्वीकार करू नकोस. तुझी सदसद्विवेकबुद्धी जो निकाल देईल, तोच मान्य करीत जा. तुझ्या पवित्र भावना तुला जो मार्ग दाखवितील, तोच श्रेयस्कर आहे या श्रद्धेने तू पुढं पाऊल टाक.

विचारकल्लोळामुळे उत्पन्न होणारं मानसिक अस्वास्थ्य टाळण्याचा कधीही प्रयत्न करू नकोस. असंतुष्ट आत्माच आपणाला चटकन दिसू न शकणाऱ्या सत्याचा शोध करू शकतो. सभोवार चौफेर नजर टाक. तुझ्याच वयाच्या मुलांमुलींकडे पाहा. तुझ्याइतकं सुखी आयुष्य त्यांच्यापैकी कितीशा मुलांच्या वाट्याला आलंय? त्यांची काळजी कोण करतंय? मोलमजुरी करून जगणाऱ्या माणसांच्या मुलांकडे तू कधी लक्षपूर्वक पाहिलं आहेस का? त्यांच्या अंगावरले कपडे – कपडे कसले? चिंध्याच असतात त्या! त्यांची बसलेली गालफडं–

हॅरी, तुझ्यासारखी सुखवस्तू मुलं जेव्हा मजेत खेळत असतात किंवा आनंदानं झोपी गेलेली असतात, तेव्हा आपल्या अभागी आईबापांना थोडी तरी मदत व्हावी म्हणून चार दिडक्या मिळविण्याकरता या चिमण्या जीवांना मरमर मरावं लागतं. खालील प्रश्न तू स्वत:लाच विचारून पाहा – तुला काडीचेही कष्ट का करावे लागत नाहीत? तुझ्याच वाट्याला हे भाग्य कसं आलं? आणि तुझ्याएवढ्याच असलेल्या या कोवळ्या असंख्य मुलांना यौवनाच्या सीमेवरल्या अगणित आनंदापैकी एकाचाही उपभोग का घेता येत नाही? विचार कर, खूप विचार कर. म्हणजे या सर्व प्रश्नांचं उत्तर तुला सापडेल. ते उत्तर मिळाल्यावर इतरांच्या उपयोगी पडण्याची उत्कट इच्छा तुझ्या मनात उद्भवल्यावाचून राहणार नाही. त्या इच्छेची ज्योत कधीही मालवली जाणार नाही. तिच्या प्रकाशात तुला जीवनाचं खरंखुरं दर्शन होईल. मनुष्यानं कशासाठी जगावं याची जाणीव तुला होईल.

मात्र एक गोष्ट विसरू नकोस. कोरड्या सहानुभूतीला या जगात काही अर्थ नाही. भरलेल्या पोटांना गोड शब्द मेजवानीसारखे वाटतात. पण भुकेनं तडफडणाऱ्यांना त्या पोकळ शब्दांचा काही उपयोग होत नाही. शाब्दिक सहानुभूतीचं ढोंग तू कधीही करू नकोस. तुझ्या या दुर्दैवी बांधवांविषयी तुला जे वाटत असेल, ते कृतीत उतरू दे. त्यांना नुसते शब्द देऊ नकोस, हात दे. समतेच्या विशाल ध्येयासाठी बहुजनसमाजाच्या खांद्याला खांदा लावून लढण्यानंच जीवन संपन्न होतं, हा अनुभव तुलाही आल्यावाचून राहणार नाही.

मी तुला दोन पुस्तकं पाठवून देत आहे. पहिल्याचं नाव आहे 'नवा मानव'

(The man who is to come) आणि दुसरं आहे शेक्सपीयरवरल्या व्याख्यानांचा संग्रह. गस्टॉव्ह लँडारची ही दोन्ही पुस्तकं आहेत. तो खरोखरीच एक असामान्य पुरुष होता. इतका संस्कारसंपन्न आत्मा क्वचितच पाहायला मिळतो. समाजवादाच्या ध्येयासाठी ज्यानं आपली आहुती दिली, असा महात्मा आहे तो. शाळेत इतिहास शिकविताना तुला जी माणसं मोठी मानायला शिकविलं जात असेल, त्यांची जात आणि या महापुरुषाची जात अत्यंत भिन्न आहे. गस्टॉव्ह हा काही कुणी राजा, सेनापती किंवा रक्ताच्या नद्या वाहवून इतिहासात आपलं नाव अजरामर करून ठेवणारा, शूर पुरुष नव्हता. उभ्या जन्मात त्याच्या अंगावर कधी लष्करी पोषाख चढला नाही. किताब आणि मानमरातब यांच्यापासून तो शेकडो योजनं दूर होता. पण तो जन्मभर मानवजातीच्या प्रगतीकरता लढला, आयुष्यभर न्यायदेवतेचीच पूजा त्यानं केली, जगात जे-जे कष्ट करून जगणारे आहेत, त्यांची संघटना हेच त्यानं आपलं तीर्थक्षेत्र मानलं.

माझ्या लिहिण्याचा अर्थ कदाचित तुला पूर्णपणे कळणार नाही. म्हणून एक उदाहरण घेऊन सांगतो मी तुला. आज माझा निरोप घेऊन गेलेला तो तरुण मित्र – तुझ्याएवढा लहान असतानाच काबाडकष्टाच्या घाण्याला त्याला स्वत:ला जुंपून घ्यावं लागलं. दररोज बारा तास काम करावं लागे त्याला! संध्याकाळी काम संपल्यावर काही तरी वाचावं, जे आपल्याला थोडंफार शिकवील, आपल्या बुद्धीचा विकास करील असं एखादं पुस्तक चाळावं असं त्याला फार वाटे. पण त्यानं पुस्तक हातात घेतलं की, लगेच केवळ थकल्यामुळं त्याचे डोळे मिटू लागत.

त्याच्याशी तुलना केलीस म्हणजे तू किती भाग्यवान आहेस याची तुला कल्पना येईल. वाचनाची इच्छा उत्पन्न होताच तू सुंदर पुस्तकांनी भरलेल्या कपाटाजवळ जाऊ शकतोस, तुझी जिज्ञासा अथवा ज्ञानलालसा जागृत करणारं हवं ते पुस्तक खुशाल निवांत जागी बसून ते हवा तेवढा वेळ वाचू शकतोस. गस्टॉव्ह मनुष्यमात्राच्या या हक्कासाठी सुद्धा लढला. प्रत्येक मुलाला आयुष्यात तुझ्याइतकी ज्ञानसंपादनाची आणि आत्मविकासाची संधी मिळाली पाहिजे म्हणून त्यानं प्रचलित विषम समाजपद्धतीविरुद्ध लढा उभारला.

चांगलंच प्रवचन झोडलं मी तुला या पत्रात! नाही? प्रिय हॅरी, तुझ्यासारख्या प्रिय पुतण्याच्या आनंदात व्यत्यय यावा म्हणून काही हा उपदेश मी केला नाही. मात्र माझी एक इच्छा आहे. या चार ओळी वाचून तू विचार करायला प्रवृत्त झालास, तर मला मोठा आनंद होईल. फार वेळ नाही, अगदी थोडी मिनिटं तू या ओळींची आठवण केलीस तरी चालेल! मात्र ती एक दिवस करून भागायचं नाही – आज – उद्या – नेहमी – जन्मभर!

४

प्रिय,

शेवटी कशीबशी तुझी माहिती मला मिळाली. बीनं तुझा नमस्कार मला कळविला. 'मशिनरेकर्स' वाचल्यानंतर तुझ्याकडून पत्र आल्याशिवाय राहणार नाही अशी अजूनही मला आशा आहे. माझी आत्मपरीक्षणाची शक्ती जवळजवळ नाहीशीच झाली आहे म्हणेनास. आणि म्हणूनच तुझ्या कठोर टीकेची मी मोठ्या उत्सुकतेने वाट पाहत आहे.

सोबत मी एक कागद पाठवीत आहे. त्याच्याविषयी थोडासा खुलासा करतो. माझ्या नाटकातल्या एका प्रवेशात एक जुनं जर्मन अंगाईगीत मी घातलं आहे. माझ्यापेक्षा अधिक ज्ञान असणाऱ्या एका मित्राला मी त्याची चाल गाऊनसुद्धा दाखविली. मला संगीताचं स्वरलेखन करता येत नाही. तेव्हा मला त्याला गाऊन दाखविणं भागच होतं. मला तुझी मदत हवी आहे ती याच बाबतीत. पियानोवर वाजविता येण्याच्या दृष्टीनं तू या गीताचं स्वरलेखन करशील का? म्हणजे नाटकाच्या पुस्तकात त्याचा समावेश करता येईल. माझ्या सध्याच्या मनोवृत्तीला अनुरूप असं एका साध्या करुण लोकगीतातलं स्वरसौंदर्य मी नकळत शोधून काढलं आहे असं मला वाटतं.

बाहेर वसंत हसत आहे, निर्मल सूर्यकिरणं नाचत आहेत, कोमल तृणांकुरांनी पृथ्वी नटत आहे, सायंकाळी प्रशांत आकाशात विविध रंगांचं नयनमनोहर संमेलन भरत आहे. पण – पण इथं या पिंजऱ्यात माझी जीवनशक्ती कणाकणानं कमी होत आहे, माझी प्रतिभा क्षणाक्षणाला निस्तेज होत आहे. या तुरुंगात मी शरीरानंच नव्हे, तर मनानंही वृद्ध होत आहे असा भास होतोय मला! माझ्या आत्म्यावर जणू काही गंज चढत आहे – माझं निर्मितीचं सामर्थ्य सुकून जात आहे. मी म्हातारा होत चाललो आहे. आणि सर्वांत दुःखाची गोष्ट ही की, माझ्यावर अकाली आक्रमण करणाऱ्या या वार्धक्याशी झगडण्याचे त्राण माझ्यामध्ये राहिलेलं नाही!

५

प्रिय,

तुम्ही माझ्यावर जो विश्वास ठेवीत आहा, त्याबद्दल मी तुमचा अत्यंत आभारी आहे. बालकांच्या कल्याणाकरिता झटणाऱ्या संस्थेत सेविका होण्याचं

ठरविलं आहे तुम्ही! छान! ठीक आहे!

मात्र हे काम करताना एक गोष्ट क्षणभरसुद्धा विसरू नका. जन्मत: कुठलंही मूल दुर्गुणी नसतं. लहान वयात मुलांना अकारण मार मिळतो, त्यांचा उपहास केला जातो, त्यांच्या भावनांचा अपमान होत असतो. या दुखावलेल्या भावनांचं रक्षण करण्याकरिता म्हणून ती वांडपणानं वागू लागतात – कठोर बनतात. पण आडदांडपणा हे बालकाच्या जखमी मनाचं चिलखत असतं याचा प्रौढ माणसांना विसर पडतो. अशा मुलांना प्रीतीचे गोड शब्द हवे असतात! नीतीचे पोकळ पाठ त्यांना सुधारू शकत नाहीत. आपल्या शब्दात नुसत्या उपदेशापेक्षा अधिक जिव्हाळ्याचं असं काही असेल, तरच ते प्रभावी होऊ शकेल. अशा प्रेमाचा अनुभव आल्यानंतर मूल स्वत:शीच म्हणतं, 'उगीच भीत होतो मी! माझ्यातले दोष ठाऊक असूनसुद्धा ही माणसं गुणांचं कौतुक करीत आहेत. कित्ती कित्ती चांगली आहेत ही! त्यांना वाईट वाटेल असं काही करणार नाही मी!'

बालकांची सेवा हे चांगलं काम आहे असं मी वर म्हटलं. पण असल्या कार्यकर्त्यांची सामाजिक शक्ती मर्यादित असते हे काही मी तुम्हांला सांगायला नको. आपल्या तडफडणाऱ्या आत्म्याला विरंगुळा मिळावा म्हणून असली उपयुक्त कामं करायला काहीच हरकत नाही. पण एवढ्यानं आपली इतिकर्तव्यता झाली असा विचार मात्र क्षणभरसुद्धा मनात येऊ देऊ नका. अधिक सुखी अशा समाजाची स्थापना करण्याकरिता धडपडणं हेच आपल्या पिढीचं कर्तव्य आहे. नाही का?

६

प्रिय टेसा,

माझं सारं मानसिक अस्वास्थ्य आता नाहीसं झालं आहे. वादळ होऊन गेल्यावर समुद्राची शांतता अगदी रमणीय वाटू लागते. नाही? माझ्या मनाकडे मी त्याच दृष्टीनं पाहत आहे. मनुष्याचं खरंखुरं जीवन त्याच्या आत्म्याला येणाऱ्या विविध अनुभूतीत – निर्भय, आनंदी आणि उदात्त अशा सूक्ष्म पण उत्कट अनुभवात असतं. त्या अनुभवांवर बाहेरच्या जगाची सत्ता कधीच चालत नाही. जगाचे क्रूर हात तिथपर्यंत सहसा पोचू शकत नाहीत ही आनंदाची गोष्ट आहे!

तू पाठविलेल्या दोन गुलाबाच्या फुलांबद्दल तुझे किती किती आभार मानू असं झालंय मला! माझ्या टेबलावरच्या एकुलत्या एक फुलदाणीतून ती माझ्याकडे

हसत पाहत आहेत. ती बागेतून तोडून आणून आणि अगत्यानं पाण्यात ठेवून तू टवटवीत राखलीस हे मला ठाऊक आहे हं! कुणी सांगितलं सांगू? त्या फुलांनीच!

टेसा, तुरुंगातसुद्धा आनंदाची बातमी जन्माला येऊ शकते! पॅरिसमधील एक प्रकाशनसंस्था माझ्या कवितांचे पुस्तक काढीत आहे. त्याला प्रस्तावना कोण लिहिणार आहे ते ओळख पाहू – रोमा रोलाँ!

मी तसा काही एकटा नाही इथं! या पाकोळ्या सदैव मला सोबत करीत असतात. या खोलीत राहणारे सर्वच प्राणी काही बंदिवान नाहीत हे पाहून माझ्या मनाला विलक्षण आनंद होतो! त्या पाकोळ्यांतली मादी आता नुकतीच आत आली आहे. आपल्या गुलाबी रंगाच्या नाजूक पिलांना चारा भरवून घरटं साफसूफ करून आणि त्यातली घाण आपल्या चोचीने बाहेर टाकून ती आता आपल्या घरकुलाच्या तोंडाशी मोठ्या मजेत बसली आहे. पिलं मोठी झाल्यामुळं आता तिच्या पंखाखाली लपू शकत नाहीत. हा पाहा नरसुद्धा आत आला. आणलेले कीटक मोठ्या प्रेमानं पिलांच्या चोचीत घालून माझ्या टेबलावर असलेल्या विजेच्या दिव्यापाशी येऊन बसला आहे तो! माझे लिहिलेले कागद किंवा माझी पुस्तके त्याच्या खिजगणतीतसुद्धा नाहीत! खाली टेबलापाशी बसलेला मनुष्य त्याच्या दृष्टीने कःपदार्थ आहे. तो आपल्या प्रियकरिणीकडे पाहून मान हलवीत आहे असं दिसतं. त्याच्या मुद्रेवर मोठा हृदयस्पर्शी प्रेमभाव प्रतिबिंबित झाला आहे. हे स्त्रीदाक्षिण्य किंवा आपल्या सहचारिणीला साहाय्य करण्याची ही उत्कट इच्छा आम्हा पुरुषांमध्ये इतक्या प्रमाणात कधीच प्रकट होत नाही!

७

प्रिय महाशय,

जर्मनीतल्या बुद्धिजीवी पुढाऱ्यांच्या साहाय्यानं माझी तुरुंगातून मुक्तता करण्याचे तुमचे बेत वाचून मला क्षणभर गहिवर आला. पण तुमचा हा विचार तुम्ही सोडून द्यावा अशी मी तुम्हांला अंतःकरणपूर्वक विनंती करतो. क्षणिक भावनेला बळी पडून तुरुंगात राहण्यातच एक प्रकारचं भूषण आहे अशा अहंकाराला वश होऊन मी हे लिहिलं नाही. माझी इच्छा असती, तर दोन वर्षांपूर्वीच मी कारागृहातून बाहेर पडलो असतो. बव्हेरियन सरकारनं मला माफी देण्याचं निश्चित केलं आहे असं त्या वेळी सरकारी वकिलांच्या बोलण्यात आलं

होतं. माझ्या 'ट्रान्स्फिग्युरेशन' या नाटकाला मिळालेलं प्रचंड यश त्या माफीच्या मुळाशी होतं. तो वकील त्या वेळी म्हणाला होता, "दोन तीन आठवड्यांत तुम्ही स्वतंत्र व्हाल!"

पण असली माफी स्वीकारण्याची माझी इच्छा नाही असं मी त्याच क्षणी त्याला सांगितलं. आमच्या निरपराधी अनुयायांना आणि स्वयंसेवकांना जोपर्यंत तुरुंगात डांबून ठेवण्यात येत आहे, तोपर्यंत मी स्वतंत्र होऊ इच्छित नाही असं मी चक्क बजावलं त्याला. दोन वर्षांत राजकीय परिस्थितीत बराच बदल झाला आहे हे खरं! पण माझ्या त्या वेळच्या विचारसरणीत अजून रेसभरही अंतर पडलेलं नाही. माझा तुरुंगवास ही एक वैयक्तिक दु:खाची गोष्ट आहे असं मी कधीच मानलं नाही. आपल्या देशातल्या विरोधी राजकीय शक्तीच्या संग्रामाचं चित्र आहे हे! हा सत्ताधारक आणि क्रांतिकारक यांच्या बळाबळांचा सामना आहे. मला पटणाऱ्या ध्येयाकरिता मी नेहमी लढत आलो आहे. त्या ध्येयासाठी बुद्धी आणि विवेक यांच्याशिवाय इतर कुठल्याही गोष्टींचा त्याग करायला मी आनंदानं सिद्ध होऊन राहिलो आहे.

मी तुरुंगात पहिलं पाऊल टाकल्याला जवळजवळ तीन वर्षं होत आली. काळ हा अनेक वेळा माणसाला अकल्पित बळ देतो. माझंही तसंच झालं आहे. माझ्या वाट्याचा भोग हसतमुखानं आणि स्वतंत्र मनुष्याला शोभणाऱ्या धैर्यशाली वृत्तीनं भोगण्याइतकं माझं मन आता खंबीर झालं आहे आणि म्हणून आज तुरुंगात असूनही मी स्वतंत्र आहे. माझं हे स्वातंत्र्य दगडी भिंतींना, लोखंडी गजांना किंवा त्यांच्यासारखीच मनं असलेल्या सत्ताधाऱ्यांना कधीही हिरावून नेता येणार नाही.

तथापि एक गोष्ट – अंऽहं – एक नव्हे, दोन गोष्टी तुमच्या हातून होऊ शकल्या, तर मला थोडं बरं वाटेल.

जर्मनीतल्या बुद्धिजीवी पुढाऱ्यांना माझा कैवार घेण्याची आवश्यकता खरोखरच भासत असेल, कर्तव्य म्हणून ते माझं वकीलपत्र घेणार असतील, कृतज्ञतेपेक्षा दुसऱ्या कुठल्याही भावनेची माझ्यापासून त्यांना अपेक्षा नसेल, तर माझ्या खालील दोन इच्छा त्यांनी लक्षात घ्याव्या.

पहिली – रात्री नऊ वाजल्यानंतर माझ्या स्वत:च्या खर्चानं मेणबत्ती जळत ठेवण्याची परवानगी मला हवी आहे. संध्याकाळी आणि रात्रीच्या पहिल्या प्रहरातच मला माझ्या लेखनाला लागणारी प्रसन्नता मिळते.

दुसरी – मशिनरेकर्सच्या तालमी सुरू होतील, तेव्हा दोन-कतीन आठवड्यांची रजा मला मिळावी. माझ्यासारखा राजकीय कैदी ही रजा का मागतो याचं कारण स्वत:च्या कलाकृतीपासून सर्वस्वी दूर राहताना कलावंताला किती यातना होतात

याचं वर्णन मीच कशाला करायला हवं?

नाट्यप्रयोगाच्या वेळी स्वत:चं प्रदर्शन करण्याची माझी मुळीच इच्छा नाही. पहिला खेळ लागायच्या आदल्या दिवशी संपेल अशा बेतानं मला रजा मिळाली तरी चालेल. फक्त तालमीच्या वेळी मी हजर राहू शकलो तरी – तुम्हांला कदाचित हसू येईल हे वाचून! पण कलावंताचं मन हे आईच्या हृदयासारखं असतं!

८

प्रिय टेसा,

प्रिय व्यक्तीच्या दोन शब्दांसाठी मनुष्य किती व्याकूळ होतो, प्रत्येक उजाडणाऱ्या दिवसाचं तो किती उत्कंठेनं स्वागत करतो, याची आता मला पुरी पुरी कल्पना येऊन चुकली आहे. तुरुंगात असा एक क्षण येतो की – तेव्हाची माझ्या मनाची अधीर स्थिती – एका क्षणात अनुभवावी लागणारी ती विलक्षण आंदोलनं – आणि ज्याच्यासाठी जीव डोळ्यांत गोळा झालेला असतो, ते प्रिय व्यक्तीचं परिचित अक्षर दृष्टीला न पडल्यामुळं येणारी शून्यता आणि उदासीनता – माझ्या आवडत्या मित्रांनी तरी माझा असा अंत पाहू नये असं मला वाटतं. टेसा, माझं मन थोडं विकल झालं आहे. मी तुम्हा सर्वांशी यापेक्षाही वाईट रीतीनं वागलो असेन. म्हणून काही तुम्ही – शोभतं का हे तुम्हांला?

तुरुंगात तिसऱ्यांदा वसंत ऋतूचं दर्शन होत आहे. माझ्या रक्तातल्या कणाकणानं नाचत-नाचत वसंताच्या आगमनाची ही वर्दी मला द्यायला हवी होती! पण –

माझ्या खिडकीचा हा लोखंडी गज – त्याची मला मुळीच भीती वाटत नाही. तो बिचारा काय करणार आहे माझं? पण हा दुसरा लोखंडी गज – माझा आत्मा आणि बाहेरचं जग यांच्यामधला हा अवजड अडसर – तो मला पुन्हा दूर करता येईल का? माझा आत्मा आणि बाहेरचं जीवन यांच्यामध्ये उभी राहू पाहणारी ही भिंत – ती कधी काळी ढासळून पडेल का?

बीरचं 'सामाजिक संघर्षाचा इतिहास' हे पुस्तक मी नुकतंच वाचलं. ते वाचून–

मानवतेच्या इतिहासात त्याच त्याच झगड्यांची पुनरावृत्ती होत असते, नाही? तोच उदात्त ध्येयवाद, कोमल कल्पना आणि कठोर व्यवहार यांच्यात आढळून येणारं तेच दोन ध्रुवांचं अंतर, ध्येयामागून धावणाऱ्यांच्या हातून घडणारा तोच निष्फळ पराक्रम, अफाट बहुजन समाज आणि मूठभर बुद्धिमंत

यांच्या गरजांत आढळून येणारा तोच विसंवाद, क्रांतिकारकांना कुंठित करून सोडणारे तेच सामाजिक चक्रव्यूह – क्रांतीमागून तिची प्रतिक्रिया यावी, त्या प्रतिक्रियेचा कंटाळा आला की पुन्हा क्रांतीची कास धरावी असंच का जगाचं रहाटगाडगं चालायचं आहे?

विचार करून माझं मन कसं सुन्न होतं. पुन्हा मूळ जागीच परत यायचं असेल, तर कुठला प्रवासी –

अशा वेळी घरच्या ओढीनं मी अगदी व्याकूळ होऊन जातो. त्या घराचं नाव – अनंत शून्यता.

९

प्रिय हेन्री बारबस,

माझ्या ट्रान्स्फिग्युरेशन नाटकाचं तुम्ही फ्रेंचमध्ये भाषांतर करीत आहा असं मी आत्ताच वर्तमानपत्रात वाचलं. ज्याच्याविषयी मला अत्यंत आदर वाटत आला आहे, अशा तुमच्यासारख्या समाजवादाच्या पहिल्या कट्टर पुरस्कर्त्यानं माझ्या कृतीचं असं कौतुक केलेलं पाहून मनाला होणारा आनंद शब्दांनी व्यक्त करायला मी असमर्थ आहे. मी तुमचा फार फार आभारी आहे, एवढंच म्हणतो.

१९१७ मध्ये हे नाटक मी लिहिलं ते काही केवळ माझ्या कलात्मक शक्तीचा आविष्कार करण्याकरता नाही. एखाद्या प्रचारात्मक प्रबंधावर जशी मेहनत घ्यावी, तसे श्रम मी हे नाटक लिहिताना केले. हे नाटक म्हणजे माझी युद्धविरोधी मोहीमच होती. या नाटकानंच एका प्रचंड संपाला स्फूर्ती दिली. पोलिसांची नजर चुकवून तरुणांनी त्याची किती पारायणं केली असतील याची गणतीच करता येणार नाही. त्या पारायणांनीच क्रांतीचं दैनंदिन कार्य करणारे अनेक सोबती मला मिळवून दिले.

आज जर्मनीत क्रांतिवाद पराभूत झालेला दिसत आहे. रानटीपणा, नीतीचा नाश, आत्म्याचा अध:पात, असत्याची चलती, ढोंग आणि लोभ यांचा विजय – आजच्या जर्मनीत दुर्दैवानं ही दृश्यं सर्वत्र दिसत आहेत. पण त्यामुळं समाजवाद मागं पडला असं मानायला मी मुळीच तयार नाही. क्रांतिकारकांना सत्ताधारी तुरुंगात टाकू शकतात. पण ज्या ध्येयाकरिता त्यांनी आपलं रक्त सांडलेलं असतं, ते कुणालाही तुरुंगाच्या भिंतीआड डांबून ठेवता येत नाही. ते ध्येय स्वतंत्रच राहतं. क्रांतिकारकांच्या रक्ताच्या थेंबथेंबागणिक त्याचं सामर्थ्य वाढत असतं.

१०

प्रिय,

तुझ्या पूर्वीच्या घराच्या पत्त्यावर मी एक पत्र पाठविलं होतं. पण 'मालक दुसरीकडे राहायला गेला आहे. नवा पत्ता माहीत नाही' असा छाप घेऊन ते माझ्याकडेच परत आलं. त्या पत्रासोबत मी तुला एक चित्र पाठविलं होतं. ते चित्र फार बोलकं होतं. माझा संदेश त्या चित्रानं तुला सांगितला असता.

योगायोग किती चमत्कारिक असतात! परवाचीच गोष्ट. मी तुझी जुनी पत्रं चाळीत असताना तुझी ती चिठ्ठी मला मिळाली! चिठ्ठी कसली? कोमल बंधनांवर घाव घालणारी कुऱ्हाडच वाटली ती मला! मी समाजवादाकडे पाठ फिरवू शकत नाही म्हणून माझ्याशी कुठलाही संबंध ठेवायचा नाही, असं तू ठरविलं आहेस हे त्या चिठ्ठीतले शब्द वाचताच–

तुझ्यासारख्या माझ्या बालमित्रानं – ख्रिस्ताचा सात्त्विक संदेश जगाला सांगण्याकरिता धर्मोपदेशक झालेल्या माणसानं – इतकं कठोर व्हावं याचं मला आश्चर्य वाटतं. सहृदयता हाच धर्माचा आत्मा आहे! नाही?

आणि ज्याच्या तत्त्वनिष्ठेवर रागावून तू असा दूरदूर जात आहेस, त्या तुझ्या मित्राच्या मनाची तुला थोडी तरी कल्पना आहे का? दोन वर्षं – तुरुंगातली दोन वर्षं – चार क्रूर दगडी भिंतींच्या आत कंठलेली दोन वर्षं – आजारीपणामुळं ज्यांनी एकमेकांपासून, अलग राहायला हवं अशा असंख्य माणसांच्या कोंडवाड्यात काढलेली दोन वर्षं – या नीरस कंटाळवाण्या जिण्याचं चित्र तुझ्या डोळ्यांपुढं कधी तरी उभं राहतं काय? माझी समाजवादावरली श्रद्धा हा तुझ्या दृष्टीनं माझा घोर अपराध आहे. पण ध्येयनिष्ठा हा कधीही मनुष्याचा गुन्हा होऊ शकत नाही. माझ्या या ध्येयनिष्ठेच्या मागं काय आहे, ती कशानं प्रेरित झाली आहे, हे तू कधी तरी पाहिलं आहेस का? शांत चित्तानं आत थोडंसं डोकावून बघ, म्हणजे या निष्ठेच्या मागं कटुता, बंडखोरपणा आणि निराशा यांनी काठोकाठ भरलेलं मानवतेचं अनेक शतकांचं आयुष्य उभं आहे असं तुला दिसून येईल. हे सारं कळत असूनही तू माझा संबंध सोडणार असशील तर –

तर हाच माझा तुला शेवटचा नमस्कार.

११

प्रिय,

स्वत:च्या सामर्थ्याविषयीचा अविश्वास हेच तुझं सर्वांत मोठं वैगुण्य आहे असं मला नेहमी वाटतं. प्रत्येक जण स्वत:पुढं कुठलं तरी ध्येय ठेवीतच असतो. पण आपल्या ध्येयमंदिराचा पायाच ढासळेल अशा रीतीनं जर मनुष्य वागू लागेल, तर त्याचा आत्मविश्वास नाहीसा होऊ लागतो, त्याची कर्तृत्वशक्ती क्षीण होत जाते.

प्रिय मित्रा, तू हीच चूक करीत आहेस असं मला वाटतं.

मी स्वत:शीच वारंवार म्हणतो – असामान्य बुद्धी, झटकन निर्णय घेण्याची आणि जरूर तेव्हा शांतपणानं – अगदी हसत-खेळत – कठोर होण्याची विलक्षण शक्ती अंगी असूनही या मनुष्याला योग्य असं कार्यक्षेत्र का मिळत नाही? हिवाळ्यातल्या निसर्गदृश्यांशी तू एकदा आपली तुलना केली होतीस – निरभ्र वातावरण – अगदी स्पष्ट स्वच्छ दिसणारे प्रत्येक वस्तूचे वाकडे तिकडे कोपरे! या मन:स्थितीचा माझ्या दृष्टीनं एकच अर्थ होतो. रम्य स्वप्नात गुंग होऊन जाण्याची तुझी शक्ती लोप पावली आहे. जे दिव्य भास जीवनाला उन्मादकता आणि उत्कटता आणतात, ते क्षणिक आभास आहेत असं तुला वाटू लागलं आहे. पण जीवनातल्या रम्य आणि उदात्त स्वप्नांवर ज्याची श्रद्धा राहत नाही, तो बहुजनसमाजाला जागृत करण्याला असमर्थ ठरतो हे अजून तुझ्या लक्षात येत नाही काय? लोक कुणावर प्रेम करतात? जनता कुणाच्या मागून धावते? बहुजनसमाज कुणाच्या शब्दाकरिता प्राणावर उदार होतो? फक्त एकाच्याच – जो स्वत:ला दिसणाऱ्या दिव्य भासांवर श्रद्धा ठेवतो, तो आपल्या उदात्त आधारानं या जड पृथ्वीला उंच-उंच नेण्याचा प्रयत्न करतो अशा मनुष्यावरूनच बहुजनसमाज आपला जीव ओवाळून टाकीत असतो. जगतेच्या ढासळू लागलेल्या श्रद्धेला स्वत:च्या नि:सीम जीवननिष्ठेनं जो आधार देतो, त्याच पुढाऱ्याची लोक पूजा करतात. तू लिहिलं आहेस, 'मनुष्यानं आपल्या भोवताली वास्तव दृष्टीनं पाहिलं पाहिजे. परिस्थिती जशी असेल, तशी स्वीकारली पाहिजे.'

वेडा आहेस तू! तुझ्या या वाक्यातून तुला इष्ट असलेला अर्थ मुळीच निघत नाही. तुझं हे विधान म्हणजे एक विचित्र कूटप्रश्न आहे.

'वास्तव' – 'परिस्थिती!' असल्या शब्दजालात सापडूनच मनुष्य नकळत आत्मवंचक होतो. परिस्थिती म्हणजे काय? आपल्या इच्छांनी आणि आकांक्षांनी निर्माण केलेली आपल्या भोवतालची स्थिती! तिला अमरपट्टा थोडाच मिळालेला आहे! निसर्गावर मनुष्य आपल्या बुद्धीचं कलम करतो आणि त्या कलमाला आपण परिस्थिती म्हणतो. मनुष्याला तीव्र आणि प्रामाणिक इच्छा असेल, तर

तो नको असलेल्या परिस्थितीचा गुलाम व्हायला क्षणभरसुद्धा तयार होणार नाही. 'गोष्टी जशा दिसतात, तशाच त्या पाहिल्या पाहिजेत; त्या तशाच असतात असं मानून चाललं पाहिजे,' हा तुझ्या वाक्यातून निघणारा अर्थ मला मुळीच पटत नाही. मी म्हणेन, 'पाहा – भोवताली पाहा – डोळे उघडून प्रामाणिकपणानं पाहा. पूर्वग्रहविरहित प्रामाणिक दृष्टी ही खरीखुरी अंतर्दृष्टी असते. सामान्य दृष्टीला आज जे अवास्तव वाटतं, तेच उद्याचं वास्तव असतं. ते केवळ त्या अंतर्दृष्टीला दिसू शकतं!'

१२

प्रिय भाई,

आज माझं 'मशिनरेकर्स' हे नाटक मी तुमच्याकडे पाठवीत आहे. मी तुम्हांला माझे किती जवळचे मित्र मानतो हे त्यावरून दिसून येईल.

तुम्हांला आणि मार्था हार्टले या इंग्लिश कामगार स्त्रीला मी हे नाटक अर्पण केलं आहे. मार्था आपल्या आठवड्याच्या तुटपुंज्या पगारातून काही पैसे बाजूला ठेवून आम्हा कैद्यांना अगत्यपूर्वक पाठवीत असे. आपल्या ध्येयाविषयीची तिची ही निष्ठा मला अत्यंत हृदयस्पर्शी वाटते.

तुमच्यासारख्या मंडळीकडे अंगीकृत कार्याचे सैनिक म्हणून मी पाहत नाही. तुम्ही मला प्रतीक वाटता. हे कार्य जेव्हा कल्पनेच्या स्वरूपातच होतं, तेव्हा ज्या लढाऊ वृत्तीच्या लोकांनी मूक भक्तीनं त्याला साथ दिली, युद्धकालात माणसं मारणारे खाटीक होण्यापेक्षा युद्धविरोधक म्हणून तुरुंगात खितपत पडणं ज्यांनी पसंत केलं आणि युद्धमदानं चेकाळलेली अंध राष्ट्रं हिंस्र पशूंप्रमाणे एकमेकांचे लचके तोडीत असताना ज्यांनी मानवतेवरली आपली श्रद्धा ढळू दिली नाही आणि जे आज पुन्हा बिलकूल गाजावाजा न करता मानवधर्माच्या स्थापनेच्या कार्याला मन:पूर्वक मदत करीत आहेस; अशा सर्व लोकांचं तुम्ही प्रतीक आहात.

१३

प्रिय महाशय,

आज स्वत:विषयी विशेष असं मला काहीच लिहायचं नाही. पाच जुलै रोजी माझ्या बंदिवासाला तीन वर्षं पुरी होतात. काळपुरुष एक-एक पायरी चढत

आहे आणि माझ्या जीवनातला उत्साह एकेका पायरीनं ओसरत आहे. मात्र मनाच्या उमेदीबरोबरच त्याचे असह्य असे अनेक विशेषही तुरुंगात लोप पावू लागतात यात संशय नाही.

तत्त्व, प्रमेयं आणि वाद यांचा खूप काथ्याकूट करून राजकीयदृष्ट्या अर्थशून्य असलेल्या जीवनक्रमात काही तरी विलक्षण अर्थ भरला आहे हे सिद्ध करण्याचा प्रयत्न अगदी चिडखोर माणसंसुद्धा इथं हळूहळू सोडून देतात.

हल्लीची वर्तमानपत्रं पाहिलीत का? त्यात उजव्या गटाच्या पुरस्कर्त्यांनी माझ्यावर हल्ला चढविला आहे. तो निदान मला समजू शकतो. पण डाव्या गटाच्या काही मंडळींनी अतिरेकाच्या नि अभिनिवेशाच्या भरात तोच प्रयोग माझ्यावर करावा याचं –

अशा वेळी शांत राहणं मोठं कठीण आहे.

१४

प्रिय टेसा,

तुझं पत्र हातात पडल्यापासून मी जणू काही संगीताच्या मधुलहरींवर तरंगत आहे. माझ्याशी सहज बोलणारा प्रत्येक मनुष्य गात आहे असं मला वाटतं. जुडग्यातल्या किल्ल्यांची खळखळ कानावर पडली, तरी ती मधुर घंटानादाप्रमाणं भासते. किंबहुना लोखंडी गजाच्या जाळीचं मधुर स्वरलहरीत रूपांतर होत आहे अशी कल्पना मधूनच माझ्या मनात आल्यावाचून राहत नाही.

माझं हे काव्य पाहून तू मनात थोडीशी कचरशील. पण माझ्या या उद्गारात भय वाटण्यासारखं काहीच नाही. किती तरी आठवडे – छे! महिने – मी इतक्या रूक्षपणानं काढले आहेत, इतका काळ मी नाजूक काव्यमय संवेदनेशी वैर केलं आहे की, आज सारी बंधनं दूर झुगारून माझ्या भावनांना स्वच्छंद नृत्य करण्याची परवानगी दिल्यावाचून मला राहवतच नाही.

या पत्राबरोबर मी फुलं पाठवीत आहे. तुरुंगाच्या अंगणातले कोमल तृणांकुर आणि रानफुलं आहेत ही. त्यातलं प्रत्येक तुझं स्वागतगीत गात तुझ्याकडे येत आहे. तू जर्मनीत पाऊल टाकल्याबरोबर जणू काही तू माझ्याजवळच आहेस आणि तुझं सान्निध्य एखाद्या जादूच्या कांडीप्रमाणं माझा दुबळेपणा पार घालवून टाकीत आहे असं मला वाटावं ही किती नवलाची गोष्ट आहे! मात्र ती तशी आहे खरी!

मी गव्हर्नरकडे ताबडतोब विनंतीपत्र पाठविलं आहे. तुझ्या भेटीची कदाचित

परवानगी मिळणार नाही. हा विचार – छे! तो विचार करायलासुद्धा माझं मन तयार नाही. आपल्याला खूपखूप बोलायचं आहे. खरं ना? माझ्या दृष्टिकोनाशी समरस होणारी, सर्व गोष्टींचा नीट विचार करून माझ्या परिस्थितीची असाह्यता सौम्य करणारी आणि माझं लेखन व जीवन यशस्वी व्हावं अशा रीतीनं मला उपदेश व मार्गदर्शन करणारी जगात एकच व्यक्ती आहे. तिचं नाव – तुला ते सांगायलाच हवं का?

तू कदाचित..... हा विचार..... छे! ते शक्य नाही. तू येणार – अगदी खास येणार –

१५

प्रिय टेसा,

मला भेटण्याची परवानगी तुला नाकारण्यात आली आहे ही सरकारी वार्ता नुकतीच माझ्या कानावर पडली. काय लिहू? ओठ घट्ट आवळून.....या जगात माणसानं फुलासारखं कोमल होऊन चालत नाही. त्यानं वज्रासारखं कठोर झालं पाहिजे.

१६

प्रिय संपादक महाशय,

सध्या सर्व समाजवादी जर्मन वर्तमानपत्रं – मग त्यांच्या समाजवादाचा विशिष्ट रंग कोणताही असो – एकच चूक करीत आहेत. जागतिक क्रांती फार लवकर घडून येणार आहे अशी त्यांची ठाम कल्पना झालेली दिसते.

इंग्लंड किंवा फ्रान्स अशा कुठल्या तरी देशात एखादा संप सुरू होतो. लगेच त्या संपातून आम्हांला क्रांतीची चाहूल ऐकू येऊ लागले. जर्मनीतल्या जनतेच्या क्रांतीविषयीच्या आशांचं अशा रीतीनं संवर्धन केलं जात आहे. पण या आशा निराधार असल्यामुळं शेवटी बहुजनसमाजाची फसवणूक झाल्याशिवाय राहत नाही. अशा निष्फळ परिस्थितीतूनच सामाजिक निराशा निर्माण होत जाते. राजकारणी पुरुषानं जनतेचे भ्रम आणि स्वप्न ही कधीच फुलवू नयेत. सदैव पूर्ण सत्य – मग ते कितीही कटू असो – बोलून दाखविणं हाच लोकसेवकाचा खरा धर्म आहे.

गेल्या महायुद्धात जर्मन सरकारनं सर्वांत मोठी चूक कुठली केली असेल, तर ती हीच! त्या सरकारनं लोकांपासून वस्तुस्थिती लपवून ठेवली. अगदी अंतरंगात असलेल्या मूठभर लोकांशिवाय मार्नला एक मोठी लढाई झाली आणि ती आपण हरली याचासुद्धा इतरांना पत्ता नव्हता. आपल्याला विजयामागून विजय मिळत आहेत अशीच त्या बिचाऱ्यांची समजूत होती. आणि शेवटी त्यांना प्रतिकूल परिस्थितीची जेव्हा जाणीव झाली, तेव्हा सारंच गाडं एका क्षणात उलटलं. या बाबतीत इंग्रजांना आपण गुरू केलं पाहिजे. युद्धकाळातल्या परिस्थितीचा गंभीरपणा त्यांनी लोकांपासून कधीही चोरून ठेवला नाही.

स्वत:च्या कल्पनेत दंग होऊन क्रांतीची स्वागतगीतं गाणारी मंडळी जागतिक क्रांतीवर माझा विश्वास नाही म्हणून निंदागर्भ विशेषणांनी माझी संभावना करतील याची मला जाणीव आहे. उद्या सकाळी जर जागतिक क्रांती घडून आली नाही, तर त्याचं खापरही माझ्या माथी फोडायला हे विद्वान कमी करणार नाहीत! मला त्यांच्या स्तुती – निंदेची पर्वा नाही. मात्र अशा प्रकारचे आरोप ऐकले म्हणजे माझ्या एका बालमित्राची मला आठवण होते. आज पाऊस पडणार नाही या मुद्द्यावर मतभेद होऊन आम्ही भांडत असू. त्याला वाटे – आज अगदी लख्ख ऊन पडणार आहे. मी म्हणे – आज पाऊस पडणारच! आणि शेवटी पावसाला सुरुवात झाली म्हणजे स्वारी टोपी माझ्या अंगावर रागारागानं फेकीत असे आणि माझ्या कारवाईमुळंच पाऊस पडत आहे असं बडबडत सुटे!

१७

प्रिय टेसा,

हन्स थॉमा या वृद्ध चित्रकाराचं एक पत्र मी काही आठवड्यांपूर्वी वाचलं. मानवजातीच्या विविध झगड्यांत भाग घेण्याची ज्याची इच्छा पार मावळून गेली आहे, अशा एका वृद्ध मनुष्याचा तो प्रामाणिक कबुलीजबाब होता. 'जे घडायचं, ते काही झालं तरी घडणारच' अशी ज्याची श्रद्धा झाली आहे आणि वानप्रस्थानं संसाराकडे ज्याप्रमाणं पाहावं, त्याप्रमाणं तटस्थतेनं जो मानवजातीच्या धडपडींकडे पाहत आहे, अशा मनुष्याच्या मनाचं प्रतिबिंब त्या पत्रात पडलं होतं.

ते पत्र वाचून माझं मन विलक्षण अस्वस्थ झालं. ते उफाळून उठलं. माझ्या मनात आलं – या चित्रकाराची निर्माणशक्ती निस्तेज होऊन गेली आहे. त्या निस्तेजपणामुळं त्याचं मनही दुबळं झालं आहे. आणि वार्धक्यानं आलेला हा दुबळेपणा लपविण्याकरिता तो त्याच्यावर हे निवृत्तीचं सुंदर पांघरूण घालीत आहे.

किती तरी वेळ मी विचार करीत होतो. मी-मीसुद्धा एका चक्रव्यूहातच भ्रमत आहे. पण माझ्या मनात जे विचार येतात ते –

मला एकसारखं चिंतन केलंच पाहिजे – मी तरुण आहे – मला किती तरी गोष्टी साध्य करायच्या आहेत – माझ्या ध्येयांची उत्तुंग शिखरं – ती कितीही उंच असली, तरी मला तिथपर्यंत चढून जायचं आहे.

१८

प्रिय टेसा,

गेल्या काही महिन्यांत अंतरंगात एक विलक्षण क्रांती घडून येत आहे, असं मला वाटतं.

पूर्वी विविध उन्मादक अनुभवांनी युक्त अशा उत्कट जीवनाची मला हौस होती. आता मनात येतं – स्वत:चं शांत, प्रसन्न आणि उपयुक्त जीवन हेच आपलं ध्येय आहे.

जगात नीतिनिष्ठ पुरुष आपला व्यक्तिगत जीवनधर्म काटेकोर रीतीने पाळू शकतो. पण सामाजिक जीवन अधिक उच्चतर व्हावं म्हणून जे कायदे आवश्यक आहेत, ते रूढ करून घेण्यासाठी राजकारणी मनुष्याला सतत झगडत राहावं लागतं. लढणं किंवा झुंज खेळत राहणं हे स्वत:च्या प्रकृतिधर्माशी विसंगत असलं, तरी त्याला झगडत राहणं भागच असतं. नीतिनिष्ठ मनुष्य राजकारणात पडला तर –

तर – तो सुखी होईल?

१९

प्रिय,

'तुम्ही बायबल वाचता का' या तुमच्या प्रश्नाचं उत्तर 'होय' किंवा 'नाही' असं एका शब्दात मला देता येणार नाही. ल्यूथरनं संपादिलेल्या बायबलची प्रत माझ्यापाशी आहे. मध्यंतरी अनेक आठवडे हे पुस्तक हाच काय तो माझा जिवाभावाचा एकुलता एक मित्र होता.

बायबलच्या जुन्या करारात जे सौंदर्य आणि सामर्थ्य आहे, त्याचं मला सादर कौतुक वाटतं. पण–

बुद्ध वाङ्मय आणि उपनिषदं यांच्याप्रमाणं नवा करार हा मानवजातीच्या आत्म्याची तृषा तृप्त करणारा अखंड झरा आहे असं माझं मत आहे.

२०

प्रिय टेसा,

इटलीतला संप मध्येच बंद पडला असं दिसतं. इटलीत समाजवादी क्रांतीच्या ज्वाला पेट घेत आहेत अशा ज्या गप्पा माझ्या कानावर पडत होत्या, त्या कितपत सत्य आहेत याविषयी मी पहिल्यापासून साशंक होतो.

इटली आर्थिकदृष्ट्या परतंत्र आहे. क्रांतीच्या कल्पनेत गुंग होऊन गेलेल्या इटालिअन कामगारांच्या पुढाऱ्यांना सूर्यप्रकाशाइतक्या स्पष्ट असलेल्या या सत्याचा विसर पडला होता असं मानणं बालीशपणाचं ठरेल.

चार आठवडे इटलीत बाहेरच्या देशांतून कोळशाचा एक कणसुद्धा आला नाही. अशा रीतीनं समाजवादाच्या प्रेरणेनं अवतार घेणाऱ्या एका क्रांतीचे निखारे फुलण्यापूर्वीच त्यांची राख होऊन गेली, इटलीशी सुरू असलेला व्यापार मुळीच थांबवायचा नाही इतकंच नव्हे तर त्या राष्ट्राला लागणारा इतर कच्चा माल आपण पुरविला पाहिजे असं दडपण सरकारवर आणण्याइतकं सामर्थ्य इंग्लंड व फ्रान्स या देशांतल्या कामगारवर्गाच्या अंगी आल्याशिवाय इटलीत क्रांतीचं मूळ रुजू शकणार नाही.

राजकीयदृष्ट्या पाहिलं, तर केवळ परंपरेमुळे प्रतिष्ठा पावलेल्या पांढरपेशा सरकारला मिळालेलं यश अगदी आश्चर्यकारक आहे.

जिओलिटीच्या भूमिकेची कल्पना कारखानदारांच्या वर्तनावरून सहज करता येते. त्याच्याविरुद्ध त्या सर्वांनी शेवटचा लढा दिला. त्यांच्यावर कोणत्या का स्वरूपाची होईना तडजोड लादण्याकरिता थोडे दिवस त्यांना रोखून धरण्याची इच्छा आणि धडपड होती. पण ती सफल झाली नाही.

आद लॅब्रिओलाचं भाषण वाचलं. ते फार उच्च दर्जाचं आहे. ही वाक्यंच पाहा ना—

'जिथं बहुजनसमाज चेतवायचा असतो, त्याची शक्तिशाली अशी उठावणी करायची असते, तिथं अनेक गोष्टी लक्षात घ्याव्या लागतात. एखाद्या व्यक्तीचा विचार करताना आपण तो जसा विविध दृष्टिकोनातून करतो, तसंच हे आहे....

..खून हा एक अत्यंत निंद्य गुन्हा आहे; पण हजारो लोकांचे एकदम खून केले म्हणजे त्या कृत्याला 'युद्ध' असं संभावित नाव प्राप्त होतं. आणि मग ते

अपरिहार्य आहे, अशी पोपटपंची करणारे पढिक पंडितही निर्माण होतात.'

'बहुजनसमाजाच्या अंत:करणापर्यंत जाऊन पोचलेला कुठलाही स्फूर्तिदायक लढा केवळ बंदुकांच्या बळावर जिंकता येणार नाही. जी नवीन समाजरचना लवकरच अवतार घेणार आहे असं आपण म्हणतो, तिच्या उपासकांनी तरी व्यक्तीचं कमीत कमी नुकसान करावं आणि शक्य तो रक्तपात टाळावा हेच अधिक इष्ट नाही का?'

नोस्के किंवा हर फेरेन बॉक यांच्या तोंडी हे शब्द घालून ते कसे दिसतात याची तू कल्पना कर. तुझं तुलाच हसू येईल.

लॉइड जॉर्जनं एकदा असे उद्‌गार काढले होते म्हणे – 'जर्मन मुत्सद्द्यांशी तहाच्या वाटाघाटी करणं हे मोठं दुर्घट काम आहे. फार क्षुद्र माणसं आहेत ती.'

२१

प्रिय बंधू,

तुमच्या पत्रात तुम्ही जे लिहिले आहे, ते अगदी बरोबर आहे. समाजवादाचा पुरस्कार करणारी काही पत्रकं आणि पुस्तिका वाचून आजचे सर्व बिकट सामाजिक प्रश्न आपण चुटकीसरशी सोडवू असं तुम्हांला प्रथम वाटत होतं. होय ना? आता ते प्रश्न किती गुंतागुंतीचे आहेत याची तुम्हांला पूर्ण कल्पना येऊ लागली आहे. माणसाचं असंच होतं. प्रचाराकरिता तयार केलेल्या पत्रकात आणि पुस्तकात उदात्त ध्येयवाद नि क्रांतीची उत्कट इच्छा यांचा आविष्कार झालेला असतो हे खरं! पण शब्द कितीही तेजस्वी असले, तरी केवळ त्यांच्या उच्चारानं कुठल्याही शृंखला तुटत नाहीत हेही तितकंच खरं.

तुम्ही आता योग्य दिशेनं विचार करू लागला आहात. बालपणी मनुष्य प्राणिमात्राशी किंबहुना सृष्टीतल्या सर्व पदार्थांशी स्वभावत: एकजीव झालेला असतो. पण अनेक पावसाळे पाहिल्याशिवाय जीवनाच्या या एकरूपतेचा खोल अर्थ त्याला कळू शकत नाही.

या काळातच मनुष्य ज्ञानाचा उपयोग करून आपल्या अनुभूतींचं वर्गीकरण करू लागतो. त्याचं वैशिष्ट्य जाणू शकतो, कशाचा स्वीकार करावा आणि कशाला नकार द्यावा याविषयी निश्चित मतं बनवितो. याच वयात मनुष्य केवळ बुद्धीच्या उपासनेत मोक्ष आहे असं मानून तिची आराधना करू लागतो, त्याचं मन पुस्तकी पांडित्याची पूजा करायला प्रवृत्त होतं, जीवनातल्या विविध संघर्षांची तो जी ओळख करून घेतो, तीसुद्धा साहित्यात पडणाऱ्या त्यांच्या प्रतिबिंबावरूनच!

इंद्रियांच्या द्वारानं होणाऱ्या संवेदनांच्या वास्तव सृष्टीकडे पाठ फिरवून कल्पनेच्या अमूर्त जगात तो या वयात रमून जातो.

जीवनाच्या मार्गाला वाटा फुटतात, त्या इथंच. बहुतेक लोकांना कुठल्याच वाटेनं पुढं जायचा धीर होत नाही. आयुष्याचा गूढ अर्थ आपल्याला समजला आहे अशी त्यांची समजूत असते. खऱ्याखुऱ्या जीवनापासून आपण शेकडो योजनं दूर आहोत ते काही केल्या त्यांच्या लक्षात येत नाही. पण ज्ञानाची कास न सोडता एक प्रकारची नवी बालवृत्ती संपादन करण्यानंच मानवी जीवनाची प्रगती होत असते. या नव्या बालपणात पहिल्या बालपणातली चराचर सृष्टीशी एकरूप होण्याची शक्ती तर असतेच. शिवाय त्या शक्तीला जीवितविषयीच्या संपूर्ण ज्ञानाची जोड मिळालेली असते, हा त्याचा विशेष होय. ही नवी बालवृत्ती ज्याच्या अंगी बाणली आहे, तोच विशाल मानवी जीवनाचा सेवक आणि स्वामी होऊ शकतो.

२२

प्रिय टेसा,

काय सांगू तुला? ऐन उन्हाळ्यात पाच आठवडे आम्हांला सूर्यदर्शन झालं नाही. एक न् दोन दिवस नव्हे – तब्बल पाच आठवडे. सर्व हिवाळाभर आकाशाचा टीचभर निळा तुकडासुद्धा आम्हांला दिसू न देणारं ते राखी रंगाचं अजस्र छत – पुन: तेच या टोकापासून त्या टोकापर्यंत आमच्या माथ्यावर पसरलं होतं. कित्येक दिवस पाऊस क्षणभरसुद्धा न खळता पडत होता. धुक्याच्या आच्छादनात भोवतालची सर्व सृष्टी झाकळून गेली होती. आमची शरीरच नव्हेत, तर मनंसुद्धा कशी गोठल्यासारखी झाली होती. बघ, हा कंटाळवाणा काळ स्वत:ला ब्लँकेटात लपेटून घेऊन अंथरुणावर काही तरी वाचन करण्याचा प्रयत्न करीत मी काढला. शेवटी शेवटी या दगडी इमारतीतल्या विलक्षण गारठ्यानं माझं शरीर अगदी आखडून गेलं. अशा वेळी तुझं पत्र माझ्या हातात पडलं. त्या पत्रातली पहिलीच ओळ ही होती – 'एका प्रार्थनामंदिराच्या भिंतीवर हसऱ्या उन्हात नहात मी बसले आहे.'

हे वाचून मी एक लांब उसासा सोडला आणि अंथरुणावर पडून पांघरुणांत स्वत:ला गुरफटून घेतलं. मी डोळे मिटून घेतले. मला निराळंच दृष्य दिसू लागलं. मला वाटलं, मीही तिथंच बसलो आहे. अगदी तुझ्याजवळ – त्या भिंतीवर – त्या उज्ज्वल प्रकाशाच्या प्रवाहात नहात, पोहत.

गेले पाच दिवस आकाशाची आमच्यावर मेहरबानगी झाली आहे. त्यामुळे, दिवसातून काही तास का होईना, प्रकाश आणि ऊब आम्हांला मिळू लागली आहे. तुरुंगातल्या साऱ्या लोकांना हायसं वाटत आहे. ते यथेच्छ हातपाय लांब करून ताणून देत आहेत. त्यांच्या दृष्टीतला सारा कडवटपणा नाहीसा झाला आहे. तुला कदाचित नवल वाटेल! पण बाहेर वाईट हवा पडली की तुरुंगातलं वातावरणही बिघडतं. बंधनांमुळं अगतिक झालेली माणसं चिडखोर बनतात. अकारण कुरकुर, क्षुल्लक गोष्टीबद्दलची भांडणं आणि सोबत्यांचा स्थानी-अस्थानी उपमर्द यांना जणू काही मग ऊत येतो. अशा वेळी स्वत:चा जोडीदार अमुक एक गोष्ट करतो किंवा करीत नाही म्हणून त्याच्याविषयी तुरुंगातल्या कैद्याला विलक्षण तिरस्कार वाटू लागतो असं नाही! त्याचं अस्तित्वच त्याला असह्य होतं!

पाकोळ्या परत पुन्हा माझ्या खोलीत आपला संसार थाटायला आल्या आहेत. त्यांच्याविषयी खूप-खूप लिहायचंय तुला! पण आता ते पुढल्या पत्रात.

२३

प्रिय नि पूज्य रोला,

आजच तुमचं पत्र मला मिळालं. माझ्या दृष्टीनं त्याचं मोल किती आहे हे–छे! ते शब्दांनी वर्णन करून सांगता येणार नाही. पत्र परक्या भाषेत असल्यामुळं तुरुंगावरल्या अधिकाऱ्यांनी ते प्रथम मला दिलं नाही. आधी ते माझ्या आईकडे पाठविण्यात आलं. तिनं त्याचं जर्मन भाषांतर करून पाठविलं, तेव्हा कुठं ते माझ्या हातात पडलं.

तुम्ही जे लिहिलं आहे, ते वाचून मला किती किती आनंद झाला याची तुम्हांला मी कशी कल्पना करून देऊ? माझ्या इथल्या सोबत्याला मी तुमचं पत्र दाखविलं. तेव्हा तो हसत म्हणाला, 'असं पत्र यावं म्हणून कुणीही आनंदानं तुरुंगात जाईल!' त्याचे हे उद्गार अक्षरश: खरे मानणं मात्र चुकीचं होईल. तुरुंग हा मानवजातीचा शाप आहे. तो मनुष्याची मनुष्यावरली श्रद्धा नाहीशी करून टाकतो.

आज पोस्टाने मी तुमच्याकडे माझी 'कारागृहातली गीते' पाठवीत आहे. ती नुसती गीतं नाहीत. सर्वसामान्य काव्यापेक्षा ती निराळी आहेत. आपल्या सामाजिक जबाबदारीची जाणीव असूनही शहरातून जे लोक तुरुंगाच्या दारावरून शांतपणानं जातात, आणि या अमानुष उदासीनतेमुळे आपण केवढ्या मोठ्या पापाचे धनी

होत आहोत याची ज्यांना कल्पनाही येऊ शकत नाही, अशा लोकांना उद्देशून केलेल्या आवाहनांचे मंत्र आहेत ते! झोपलेल्या सैनिकांना जागे करणाऱ्या तुतारीचे ते नाद आहेत.

अधिक लिहून काय उपयोग आहे? आज आपली पृथ्वी म्हणजे सैतानानं पाठविलेल्या चेटकिणीची एक मोठी कढई झाली आहे. या कढईत जुलूम, गुन्हेगारी, मनुष्याच्या शरीराची नि आत्म्याची उपासमारी हे सर्व यथेच्छ उकळत आहेत.

या अंदाधुंदीत माझ्या आक्रोशाकडे कोण लक्ष देणार? माझ्या गीतांनी कुणाची अंतर्वृष्टी अधिक सतेज होणार आहे? मनुष्य मनुष्याचा भाऊ आहे ही श्रद्धा कुणाच्या अंत:करणात प्रज्वलित होणार आहे?

आजचे आमचे पुढारी! जनता ज्यांना मोठी मानते नि डोक्यावर घेऊन नाचते ते बडे लोक! त्यांच्या हृदयात–

छे! आपल्या मागून अंधपणानं येणाऱ्या भोळ्या बहुजनसमाजाला एका कड्यावरून दुसऱ्या कड्यावर नाचवीत नेणाऱ्या या स्वयंभू नेत्यांना सामान्य माणसांचे सवाल ऐकायची इच्छा तरी असेल का? अंहं. ते अगदी अशक्य आहे.

माझी गीतं गुजगोष्टी करतील. पण कुणाशी? तरुणांशी-भविष्यकाळ घडविण्याचं सामर्थ्य जिच्यात आहे, त्या पिढीशी – मानवधर्माच्या संजीवनीवर ज्यांची श्रद्धा आहे त्यांच्याशी – आजकालच्या मुत्सद्द्यांच्या मुलामा दिलेल्या बडबडीपेक्षा मानवता ही ज्यांना अधिक सत्य वाटते अशा लोकांशी – आपल्यावरल्या जुलुमाची ज्यांना पुरी पुरी जाणीव झाली आहे आणि जगातला सर्व प्रकारचा अमानुष जुलूम बंद झालाच पाहिजे अशी उत्कट इच्छा ज्यांच्या अंत:करणात उत्पन्न झाली आहे अशा माणसांशी!

गव्हाच्या दाण्यांतून निघणाऱ्या पिकाप्रमाणं या चिमुकल्या गीतांतून उद्याच्या तरुणांना प्रेरणा देणारी उज्ज्वल स्फूर्ती निर्माण झाली, तर कलेला या जगात जे काही करता येण्यासारखे आहे, ते माझ्या गीतांनी केलं असं होईल.

'कुठल्याही पुस्तकाचा परिचय म्हणजे एका स्फूर्तिदायक आत्म्याचा परिचय' हे व्हिटमनचे उद्गार प्रत्येक पुस्तकाला लागू पडतात. पण अनेक लेखकांचं लिखाण वाचताना आपण एक शब्द जुळविणारं यंत्र पाहत आहोत असाच भास होतो.

प्रत्येक कवितेचा उगम वैयक्तिक अनुभूतीत असतो. तिचं सुंदर बहिरंग हा अनुभूतीवर कलावंतानं प्रेमानं चढविलेला साज असतो.

२४

प्रिय टेसा,

काल रात्री बर्लिनमधल्या पीपल्स थेटरमध्ये 'मासेस अँड मॅन' या माझ्या नाटकाचा पहिला प्रयोग झाला. त्याच वेळी मी इथं तुरुंगात कोणता अनुभव घेत होतो हे तुला कळलं तर–

शिस्तीच्या नावाखाली होणाऱ्या अन्यायांना मी इथं विरोध केला. त्याचं प्रायश्चित्त म्हणून मला अंधारकोठडीची शिक्षा देण्यात आली. या अन्यायाच्या शिक्षेचा प्रतिकार म्हणून मी अन्नसत्याग्रह सुरू केला. या सत्याग्रहाचा काल चवथा दिवस होता.

माझं नाटक अतिशय यशस्वी झालं असं आत्ताच माझ्या हाती पडलेल्या एका तारेवरून दिसतं. काही केल्या या बातमीवर माझा विश्वास बसत नाही. त्याचं स्वागत फारशा उत्साहानं होणार नाही अशी माझी कल्पना होती. असलं नाटक पाहून आमच्या प्रतिगामी टीकाकारांच्या हृदयात थोडीच खळबळ होणार आहे! या नाटकातल्या कल्पना त्यांच्या रक्तात भिनलेल्या नाहीत. या नाटकातली विचारप्रणाली म्हणजे एका मानसिक आणि आत्मिक संग्रामाचा आविष्कार आहे हे त्यांना कधीच समजणार नाही. त्यांच्या दृष्टीनं असल्या गोष्टी म्हणजे शाब्दिक भुलभुलावणी – भोळ्या समाजाला फसविण्याकरिता व्यासपीठावरून केलेल्या मोहक घोषणा – या पलीकडे या कल्पनांची त्यांना कधीच किंमत वाटत नाही.

इथंच पत्र पुरं करतो. लिहिण्याचं त्राणच माझ्या अंगात नाही.

अगदी थकून गेलोय मी! आज रात्री थोडा वेळ तरी शांत झोप येईल अशी आशा आहे.

२५

प्रिय टेसा,

रात्री खूप वेळ मी माझ्या बिछान्यापाशी उभा राहून खिडकीतून चांदण्यानं हळूहळू उजळत जाणाऱ्या बाहेरच्या संधिप्रकाशाकडे पाहत होतो. एकसारखी तुझी आठवण होत होती मला. त्या एकान्तात वाऱ्याच्या झुळुकांनी डुलणाऱ्या शेतांचं सौंदर्य आणि मूक आकाशाची मधुर शांती यांच्याशी मी जेव्हा समरस झालो, तेव्हा सृष्टीचे आपण किती जिवलग मित्र आहोत या भावनेनं मी विलक्षण आनंदित होऊन गेलो.

टेसा, आपण सध्या एकमेकांपासून दूर दूर आहोत? छे! असं म्हणणं वेडेपणाचं होईल. तुला या वेळी कुरवाळणारी चंद्रकिरणं माझ्याच चंद्राची आहेत, नाही का? आयव्हीच्या वेलीनं आच्छादिलेल्या तुझ्या खिडकीतून आत डोकावून पाहणारा चंद्रमा माझाच चंद्रमा नाही का?

जिवलग मित्रांच्या कोशात दूर हा शब्दच असू शकत नाही! इथला मित्र आणि तिथला मित्र या दोघांनाही एकाच सूर्याचा स्नेह लाभत नाही काय? दोघांच्याही शय्येभोवती आपले रुपेरी पंख पसरून चंद्रिका नि:सीम सुखाच्या जाणिवेतून स्फुरलेलं मंजुळ गीत गात नाही काय? एकच शांत अनंत आकाश आपणा दोघांनाही हसत-हसत आपल्या जवळ घेत नाही काय?

तिसरा हिवाळा सुरू झाला! माझ्या अंत:करणातले अनेक कोपरे मला अजून अज्ञात आहेत. पण सर्व प्रकारच्या हालअपेष्टांचं आणि दु:खाचं मी हसतमुखानं स्वागत केलं पाहिजे हे मला कळतं. तसं झालं, तरच चंडोलाप्रमाणं मधुर गीत गात राहणाऱ्या सुखाचे प्रतिध्वनी माझ्या अंत:करणात सदैव उमटत राहतील.

२६

प्रिय,

आजच्या सर्व प्रतिगामी शक्तींची मध्यम वर्गाच्या खालच्या थराशी मैत्री होत आहे. या अशुभ युतीच्या मुळाशी एकच कारण आहे – एकमेव नेतृत्वाची अपेक्षा! या लोकांचा एकच नेता – या घोषणेला दुसरा कुठलाही अर्थ नाही. यांना फक्त निरंकुश हुकूमशाही हवी आहे. राष्ट्राचा उद्धार करण्याचं सामर्थ्य तिच्यातच आहे, अशा अंधश्रद्धेनं ते पछाडले गेले आहेत. हुकूमशहाच्या अवताराची ही इच्छा त्यांच्या असंतुष्ट आत्म्यातून, अतृप्त अशा भावनांतून निर्माण झाली आहे हे मी मान्य करतो. पण या आत्मघातकी इच्छेनं एकदा बहुजनसमाजाला ग्रासलं की साहजिकच ती सर्वभक्षक होते. या लोकांचा सारा असंतोष स्वत:च्या निष्क्रियेतून निर्माण झाला आहे. पण नेमकी हीच गोष्ट त्यांना कळत नाही. ते एखाद्या जडभरतासारखं जागच्या जागी उभे आहेत – बिचारे नेत्याच्या आदेशाची वाट पाहत आहेत. वरच्या आदेशावाचून कुठलाही विचार किंवा कृती अशक्य आहे अशी त्यांची समजूत आहे. बुद्धीचा हा पांगळेपणा, भावनेची ही गुलामगिरी – हुकूमशहाच्या स्वागताची ही उत्कंठा – ही सारी आत्मनाशाची तयारी आहे – हे चिरंतन दास्याला निमंत्रण आहे – आजच्या लोकप्रिय असलेल्या भाषेत बोलायचं म्हणजे ही अनुयायी होण्याची इच्छा आहे.

अंध अनुयायी – मेंढरं – माणसं मेंढरं झाली म्हणजे –

मध्यम वर्गाचा हा बौद्धिक अध:पात प्रथमदर्शनी विलक्षण वाटतो. पण त्याचा उगम गेल्या महायुद्धात आहे असं मला वाटतं. प्रत्येक सैनिकाला पदोपदी असं पढवलं गेलं की, त्याचं काम विचार करायचं नाही, निर्णय घ्यायचं नाही, फक्त हुकूम पाळायचं आहे. ही शिकवणूक त्याच्या अंगवळणी पडली. विचार न करण्यातच त्याला समाधान वाटू लागलं. विचार, निर्णय वगैरे जबाबदारींचा मालक पुढारी! प्रश्न लहान असो वा मोठा असो, नेत्यानं निर्णय घ्यायचा, हुकूम द्यायचा आणि अनुयायांनी तो हूं की चूं न करता पाळायचा. या पद्धतीनं सारं गाडं कसं न खटकता चालू लागतं! वाद नाहीत, विवाद नाहीत, मतभेद नाहीत! अंगावर कुठलीही जबाबदारी न घेता जगण्यात मोठं समाधान आहे! नाही? नुसतं जगण्यातच नाही, बिनजबाबदारीनं मरण्यातसुद्धा मोठा आनंद असला पाहिजे!

लोकशाही ही केवढी उग्र देवता आहे हे या लोकांच्या ध्यानातच येत नाही. ती आपल्या भक्तांना गाद्या-गिरद्यांवर लोळू देत नाही. डोक्याला त्रास न देता जगण्याचं समाधान ती कुणालाच लाभू देत नाही. ती असमाधानाची दाई आहे. म्हणूनच ती प्रगतीची आई होऊ शकते. लोकशाहीचा खरा अर्थ एकच आहे. तो म्हणजे प्रत्येकानं विचारपूर्वक सार्वजनिक जीवनात भाग घेणं – जनतेनं आपलं राज्य निष्ठेनं चालविणं – प्रत्येक व्यक्तीनं आपल्या वाट्याला येईल ती जबाबदारी आनंदानं स्वीकारायला तयार असणं! अशा खऱ्या लोकशाहीतच मनुष्याचा अधिकात अधिक विकास होण्याची शक्यता आहे.

२७

प्रिय,

फार फार आभारी आहे मी तुमचा. तुमचा माझा परिचय नसूनसुद्धा तुम्ही मला ज्या देवदारच्या छोट्या फांद्या पाठविल्या त्यांनी माझं मन किती उल्हसित झालं म्हणून सांगू? माझ्या तुरुंगातल्या कोठडीत तुम्ही अरण्याचं सौंदर्य निर्माण केलं म्हणानात! वर्षानुवर्षं वनश्रीच्या दर्शनाला मुकलेल्या माझ्या मनाला या छोट्या-छोट्या फांद्या कशा गुदगुल्या करताहेत. माझी खोली ब्लॅक फॉरेस्टमधल्या देवदाराच्या गंधानं जणू काही दरवळून गेली आहे. उत्सवाशी संलग्न असलेला तो सुगंध मी या क्षणी मनमुराद उपभोगत आहे. माझ्यावरल्या प्रेमाचा तुमचा हा सुंदर काव्यमय आविष्कार पाहून माझं मन हर्षभरित होऊन गेलं आहे.

२८

प्रिय,

तुमच्यासारख्या शांततावादी माणसाचं कर्तव्य आज जितकं स्पष्ट आहे, तितकंच ते अवघड आहे – कठोर आहे. अनेक भांडवलशाही राष्ट्रांत सत्ताधाऱ्यांच्या पापांमुळं राष्ट्रवाद नंगा नाच घालीत आहे – जिकडे-तिकडे भुतं चांदरात साजरी करीत आहेत! अशा वेळी आपणासारख्या लोकांनी स्वत:ची किंचितसुद्धा वंचना करून घेता कामा नये. आज राष्ट्रवादाचा पुनर्जन्म होत आहे ही कल्पना अगदी भ्रामक आहे. आजचं त्याचं सामर्थ्य – मरणाच्या दारी पडलेल्या रोग्यानं अडाणी वैदूंच्या उपायांनी क्षणभर उत्साहित होऊन मृत्युपूर्वी आपल्या खोट्या शक्तीचं प्रदर्शन करण्याकरिता हातपाय हलवावेत ना? त्यातलाच प्रकार आहे हा! हा आंधळा पिसाळलेला राष्ट्रवाद साऱ्या युरोप खंडाला खोल-खोल गर्तेत ढकलून देण्याची पराकाष्ठा करीत आहे. पण युरोपची जनता – साऱ्या जगाची जनता यापुढं एक आहे. नशिबी सुख असो वा दु:ख असो, यापुढं अखिल मानवता एका बंधनानं निगडित झाली आहे हे विसरून चालणार नाही.

शांती प्रस्थापित करण्याकरिता जर्मन, फ्रेंच, इंग्लिश, अमेरिकन किंवा जपानी लोकांचा बळी द्यायचा! काय कल्पना आहे! माणसाचं मन न जाणणारे आणि जीवनमूल्यांशी विसंगत अशी प्रक्षोभकारक आवाहनं जनतेला देणारे हे मुत्सद्दी साम्राज्याच्या शरीरावर चरणाऱ्या उवा आहेत या. युरोपमधल्या सध्याच्या राज्यकर्त्यांना शांतीचं स्वप्न सत्यसृष्टीत उतरविता येईल अशी श्रद्धा असणारे शांततावादी लोक अजून तुमच्या मंडळीत आहेत काय? कोणत्या मार्गानं आपलं ध्येय साध्य होईल याविषयी त्यांचं मन अद्यापि गोंधळात आहे काय? तसं असेल, तर जितक्या लवकर ते या बाबतीत ठाम निर्णय घेतील तितकं बरं होईल.

२९

प्रिय,

पाकोळ्यांच्या जोडप्यानं माझ्या खोलीत घरटं बांधलं, तेव्हा एक मोठी मजेदार गोष्ट मला पाहायला मिळाली. त्यांच्या अपत्यांपैकी सर्वांत मोठं असलेलं पिल्लू एके दिवशी घरट्यातून बाहेर आलं, खोलीतून भुर्रकन उडून गेलं आणि छपराच्या टोकावर जाऊन बसलं. आईबापांना आपल्या चिरंजीवांचा (चिरंजीव किंवा चिरंजीविनी कुणाला ठाऊक) हा प्रयत्न पाहून केवढा आनंद झाला!

चिवचिव करीत तीही त्याच्या मागून उडत गेली. ते पिल्लू छपरावर बसल्यावर, उडणं नुसतं उपयुक्तच नसतं – ती एक मोठी गंमतीदार क्रीडा होऊ शकते हे त्याला शिकविण्याकरिता त्यांनी वर्तुळाकार, नागमोडी आणि इतर अनेक उड्डाणांचे प्रकार त्याला दाखविले. ते पिल्लू लक्षपूर्वक त्यांचं हे भ्रमण पाहत होतं. शेवटी जणू काही सारं धैर्य एकवटून ते एकदम उठलं नि उडू लागलं. पण लगेच ते जमिनीवर पडलं. ते घाबरलेले आईबाप तोंडानं शीळ घातल्यासारखा आवाज करीत त्याच्याभोवती फिरू लागले. त्या पिलानं चारपाच वेळा उडण्याची धडपड केली. पण त्याला काही ते साधलं नाही. शेवटी निराश होऊन ते जागच्या जागी पडून राहिलं. आईला वाटलं, उपदेशापेक्षा उदाहरण अधिक परिणामकारक असतं. दुरून दाखविलेली विद्या काही आपल्या पोराच्या लक्षात आली नाही. आता आपण त्याच्याजवळ जाऊन सारं प्रत्यक्ष करून दाखविलं म्हणजे त्याला ते चांगलं समजेल. ती झटकन त्याच्याजवळ जाऊन अर्धं मिनीट जमिनीवर बसली. आणि मग जमीन सोडून वर कसं जायचं हे तिनं दाखविलं. तिनं ही कृती त्याला जवळजवळ दहा वेळा करून दाखविली. पण ते भ्यालेलं पिलू उगीच राहिलं. मग ती मादी नराकडे गेली. तिनं त्याला काही तरी खूण केली. ती दोघंही पिलाजवळ गेली. बाप त्याच्या उजवीकडे बसला. आई डाव्या बाजूला बसली. दोघांनी आपले पंख पसरले. प्रत्येकानं आपला एक एक पंख त्याच्या अंगाखाली हळूच सारला. एखाद्या मऊ चटईवर मजेत बसावं ना? तसं त्या पिलाला वाटत असावं! दोघांनीही उडायला सुरुवात केली. दोघंही आपल्या मोकळ्या असलेल्या एकेका पंखाचाच उडण्याकरिता उपयोग करीत होती. अशा रीतीनं त्यांनी त्याला घरट्यापर्यंत उचलून नेलं आणि मग ते पिलू पटकन आपल्या घरात पळालं!

३०

प्रिय हिलर,

सर्वसामान्य मनुष्यापेक्षा बुद्धिजीवी मनुष्याची विचार करण्याची व निर्णय घेण्याची शक्ती अधिक तीव्र असते असं तुम्ही गृहीत धरता. महायुद्धामध्ये या बुद्धिजीवी म्हणविणाऱ्यांनी आपल्या बुद्धीचे काय दिवे लावले आणि त्या वेळी आपल्या निर्णयशक्तीचं त्यांनी कसलं प्रदर्शन केलं याचा तुम्ही विचार केला आहे काय?

राजसत्तेचा ताबा विचारवंत मानलेल्या लोकांकडे जावा, समाजात बुद्धीचं अधिराज्य असावं असा तुमचा आग्रह आहे; पण–

राजसत्ता नुसत्या पुस्तकी पांडित्यानं कधीच काबीज करता येत नाही. निवळ बुद्धिविलासाला ती वश होत नाही. राज्यं शक्तीनंच चालतात. सर्वांगीण सामाजिक क्रांतीशिवाय बुद्धीचं राज्य स्थापन करण्याची तुमची कल्पना – बालकाचं मनोराज्य आहे ते.

सत्ता लढून संपादन करावी लागते, अत्यंत व्यावहारिक अशा मार्गांनी झगडून, झुंजून ती हस्तगत होत असते आणि ती हातात आल्यावर तितक्याच व्यावहारिक अशा साधनांनी आणि बुद्धिजीवी वर्गाच्या प्रामाणिक पाठिंब्यानं ती स्थिर करावी लागते, या गोष्टी मान्य करायची अजून तुम्हांला भीती वाटते असं दिसतं.

नेपोलियनची एक युक्ती तुम्हांला ठाऊक आहे का? तो म्हणतो, 'जगाला कलाटणी देणाऱ्या लोकांनी आजपर्यंत जे यश मिळविलं, ते युक्तिवादानं पुढाऱ्यांची मनं वळवून नव्हे, तर बहुजनसमाजाच्या अंत:करणाला हात घालून – त्याला प्रक्षुब्ध करून! पहिल्या मार्गानं जाणारे फार तर जुजबी सुधारणा घडवून आणतात. पण जगात जी क्रांती होते, ती दुसऱ्या मार्गानंच – जनतेच्या उठावणीनं – बहुजनसमाजाच्या लढाऊ वृत्तीनं!'

३१

प्रिय महाशय,

तुरुंगाच्या भिंती बाहेरच्या दु:खापासून माणसाचं संरक्षण करू शकत नाहीत असं मी म्हटलं, तर कदाचित तुम्हांला ते खरं वाटणार नाही. पण माझा अनुभव मात्र तसा आहे. गेल्या काही वर्षांतल्या भयंकर अनुभवांपासून मनुष्यजात अद्यापि काही काहीसुद्धा शिकली नाही, या जाणिवेनं तुम्हा बाहेरच्या लोकांना किती दु:ख होत असेल याची मला कल्पना करता येते. भावनांच्या विकासाच्या दृष्टीनं माणसं अजून रानटीच राहिली आहेत. व्यक्ती जितकी अधिक क्रूर, तितकी ती अधिक पराक्रमी या समजुतीत काही चूक आहे असं अद्यापिही माणसांना वाटत नाही. यापुढं कोसळणाऱ्या अरिष्टांनी जर्मनीचीच नव्हे, तर साऱ्या युरोपची राखरांगोळी होणार आहे. असल्या प्रलयाशी टक्कर देण्याकरिता आमचे पुढारी मोठमोठ्या पत्रकांची शस्त्रं हातात घेऊन सुसज्ज होऊ पाहत आहेत! या वस्तुस्थितीनं तुमच्या मनाला वेदना होणं स्वाभाविक आहे!

पण–

माझ्यासारख्याला या वेदना अधिकच जाणवतात. तुरुंगाबाहेरच्या मनुष्याला दररोजच्या कामात गुंतून गेल्यामुळं या दु:खाचा थोडा वेळ तरी विसर पडत असेल;

पण कारागृहातला कैदी – तेवढंसुद्धा भाग्य त्याला लाभत नाही. अष्टौप्रहर, चोवीस तास या गोष्टीचा विचार त्याला व्याकूळ करून सोडीत असतो.

३२

प्रिय टेसा,

तुझ्या वाढदिवसाबद्दल आनंदपूर्वक अभिनंदन. या खेपेला माझा आनंद तुला वेळेवर कळावा अशी पूर्ण दक्षता मी घेतली आहे. हे अभिनंदन करताना आता फक्त एकदाच हा आनंद पोस्टामार्फत व्यक्त करावा लागेल या कल्पनेनं मला केवढा हर्ष होत आहे! दोन वर्षांच्या आत मी तुझ्या सुखद सहवासात – त्या सहवासानं प्रिय वाटणाऱ्या माझ्या घरात राहायला येईन, या गोड विचारात माझं मन अनेकदा गुंग होऊन जात असतं. मग आपण तासन् तास मजेत काढू – सहवाससुखाच्या तंद्रीत, जीवनसंगीताच्या धुंदीत –

या लिहिण्यावरून माझं मन भोवतालच्या भयंकर वणव्याकडे पाठ फिरवून कुठला तरी सुखाचा सुरक्षित कोपरा शोधण्याकरिता आतुर झालं आहे असं मात्र समजू नकोस! दुर्दैवानं दग्ध झालेला हा माझा देश आणि मोकाट सुटलेल्या वेड्यांनी एकमेकाला त्रास देण्याकरिता किंवा ठार मारण्याकरिता धडपडावं त्याप्रमाणं वागणारे आमचे पुढारी यांचा कायमचा निरोप घेऊन तुझ्या प्रेमाच्या सावलीत रमतगमत राहायला काही मी येणार नाही. पण थोडे दिवस मला तुझा सहवास हवा आहे तो फक्त एका गोष्टीसाठी – मला विलक्षण थकवा आला आहे. माझं मन कसं सुन्न झालं आहे. हे उदासीनपणाचं पटल दूर व्हावं म्हणून मी तुझ्या सहवासाची अपेक्षा करीत आहे.

टेसा, खरोखरीच मी अगदी गलित होऊन गेलो आहे. नुसत्या शरीरानंच नव्हे – मनानंही! माझी पूर्वीची श्रद्धा लोप पावली आहे आणि श्रद्धेवाचून आपल्याला पटलेल्या मार्गानं पुढं पाऊल टाकायला मनुष्याला जो श्रेष्ठ आत्मशक्तीचा आधार असावा लागतो, तो अजून मला पुरा मिळालेला नाही.

या कैदखान्यातली उघडीनागडी माणसं वर्षानुवर्षं पाहिल्यानंतर कुणाचं मन उबगून जाणार नाही?

या पृथ्वीवर माणसापेक्षा अधिक सुंदर अशा अनेक गोष्टी आहेत. महिन्यापूर्वी माझ्या खोलीतून निघून गेलेल्या पाकोळ्या –किती मोहक होत्या त्या! तुरुंगात सक्तीनं आपल्यावर जे सोबती लादले जातात, त्यांच्यापेक्षा असली पाखरंच मला अधिक जवळची वाटतात.

आज परीच्या अद्भुत कथांचं एक पुस्तक मुद्दाम तुझ्याकडे पाठवून देत आहे.

स्वत:पलीकडे न पाहण्याचा जो मनुष्याला शाप मिळालेला आहे, त्याच्यावर अद्भुतरम्य परीकथा हाच खरा उ:शाप आहे. फुलं, प्राणी, वारे, पाणी या सर्वांची अद्भुत कथा, ही जिवलग मैत्रीण असते. यापेक्षाही एक विशेष गुण तिच्या अंगी आहे. मानवी जीवनातला महामूर्खपणा, ध्येयशून्यता आणि त्यामुळं होणारी भयाण पोकळी यांनी मन खचू न देता, पिढ्यापिढ्यांच्या सुखसंकटांकडे परीकथा आपल्याला हसत पाहायला शिकविते. असली कथा वाचत असताना जी शिकवणूक मिळते, तिनं आपल्या अंगावर जसे रोमांच उभे राहतात, त्याप्रमाणं आपल्याला निर्भय जीवनही प्राप्त होतं.

मी तुला कुत्र्याविषयीचं एक पुस्तक पाठवून देत आहे. अशा पुस्तकाची कल्पना अनेकदा माझ्या मनात येऊन गेली होती.

३३

प्रिय,

लवकरच सुरू होणाऱ्या नव्या वर्षी तुमच्याकडे एखादी नवीन कलाकृती पाठविण्याचं वचन मी आज तुम्हांला देऊ शकत नाही. मला तहान लागली आहे ती लेखनाची नाही, तर स्वतंत्र जीवनाची. बंधनविरहित जीवन, त्या जीवनातले संग्राम, ज्यांना अखंड भीतीत आयुष्य कंठावं लागत नाही आणि ज्यांची नजर नेहमी जमिनीवर खिळलेली असत नाही अशी माणसं तुरुंगात येऊन काही काळ लोटला की सारी माणसं अशीच पाहू लागतात – यांच्यासाठी मी आतुर झालो आहे. अरण्य, संधिप्रकाश, रात्र, नानाविध रंग आणि ध्वनी या सर्वांच्या स्वच्छंद सहवासासाठी मी आसुसलो आहे.

३४

प्रिय,

कैद्याला शोभणारी नम्रता कधी काळी माझ्या अंगवळणी पडेल असं मला वाटत नाही. नम्रता! लाचारीचंच हे दुसरं गोड नाव आहे झालं. इथं तुरुंगात मधूनमधून माझं मन उदास होतं, माझ्या अंत:करणाला एक प्रकारचा कडवटपणा जाणवतो. पण मला एका गोष्टीचा नेहमीच आनंद वाटतो – माझं शरीर बंधनात असलं, तरी मन स्वतंत्र आहे! ते वाकलेलं नाही – वाकणार नाही.

जर्मन लोकांच्या स्वभावातलं सर्वांत भयंकर वैगुण्य एकच आहे. आत्म्याला पायदळी तुडविणाऱ्या संस्थांचं निमूटपणं पत्करलेलं दास्य, अमानुष नियम शिरसावंद्य मानण्याची प्रवृत्ती, गुलामगिरीतही सुखासीनतेकडे असलेला ओढा, जबाबदारीकडे पाठ फिरवून जीवन कंठण्याची इच्छा, सदसद्विवेकबुद्धीची हाक ऐकू न येण्याइतकी अंत:करणाची बधिरता! सत्तेची पूजा ही गुलामगिरीच्या पूजेची सख्खी बहीण आहे नाही का?

तुम्ही म्हणता ते अक्षरश: खरं आहे. अध:पाताची पिशाचं पूर्वीपेक्षाही उजळ माथ्यानं आपल्याभोवती धिंगाणा घालीत आहेत. दररोज वर्तमानपत्रं वाचताना क्षणोक्षणी मला एकाच गोष्टीची जाणीव जाचीत असते – आपल्याभोवती काही तरी कुजत आहे, सडत आहे आणि त्याची घाण आपलं डोकं उठवून टाकीत आहे.

युद्धात आपण एकटेच पडलो. आजही आपण एकटेच आहोत. काही केल्या या बाबतीत मी स्वत:ला फसवू शकत नाही. महायुद्धात मृत्यूच्या उंबरठ्यावर धडधडणाऱ्या अंत:करणानं काढलेल्या उद्गारांचा लोकांना विसर पडला आहे. जखमांच्या व्रणांप्रमाणं हृदयावर कोरलेल्या कटू अनुभवांची आता कुणालाही आठवण राहिलेली नाही. अशा प्रतिकूल परिस्थितीतही बंधुतेच्या आणि मानवतेच्या तत्त्वाचा प्रचार करणं हे आपलं पवित्र कर्तव्य होतं. आपण ते यथाशक्ती पार पाडलं. पण –

माझं बुद्धिचातुर्य आणि माझी कला ही श्रमजीवी वर्गाच्या सेवेला मी वाहिली आहेत हे तुम्हांला ठाऊकच आहे; पण त्यांच्या सहवासात वावरताना आणि त्यांची सेवा करताना मी अप्रत्यक्ष रीतीनं अखंड मानवजातीची सेवा करीत आहे असंच मला वाटतं.

मी कुणाचाही द्वेष करीत नाही. नियतीचे दास असूनही आपण तिचे स्वामी आहोत असं ज्यांना वाटतं, त्यांचा द्वेष करण्याची कल्पना आपल्यासारख्यांच्या मनात कशी येऊ शकेल?

मात्र द्वेषाचा विचार मनात न येऊ देणं – तिरस्काराला आपल्या अंत:करणात जागा न देणं – ही ह्या जगातली अत्यंत कठीण गोष्ट आहे. मनुष्य दिसतो, तितका स्वतंत्र नाही, तोही निर्दय नियतीच्या चक्राला जुंपला गेला आहे, याची जाणीव झाली म्हणजे मगच आपण त्याच्या सर्व कृत्यांकडे सहिष्णू दृष्टीनं पाहू शकतो.

३५

प्रिय बालमित्रांनो,

हिरवळीनं आच्छादिलेल्या बाहेरच्या मैदानात खेळत असताना माझी आठवण ठेवून तुम्ही मला फुलं आणि चॉकलेट पाठवून दिलं. तुमच्या या प्रेमानं माझं मन

किती प्रफुल्लित झालं आहे हे मी तुम्हांला कसं सांगू? चॉकलेट तर मिटक्या मारीत मी खाल्लंच; पण जिभेवर रेंगाळणाऱ्या त्याच्या गोडीपेक्षाही तुम्ही पाठविलेल्या फुलांनी माझ्या आत्म्याला जे संगीत ऐकविलं आहे, त्याचं माधुर्य शतपटींनी अधिक आहे. तुम्ही पाठविलेली ही चिमुकली फुलं – प्रिमरोझ आणि व्हायोलेट – अगदी गळून गेल्यासारखी, पेंगुळल्यासारखी दिसत होती. फुलदाणीत पाणी घालून त्यात मी ती ठेवली. आता ती ताजीतवानी होऊन हळूच आपापली मान वर करून माझ्याकडे मोठ्या आपुलकीनं पाहत आहेत. तुमच्याविषयी, तुमच्या खेळांविषयी आणि तुम्ही ज्या मैदानात खेळत असता त्याच्याविषयी मी त्यांना प्रश्न विचारू लागलो आहे. पण अजून काही ती माझ्याशी बोलू लागली नाहीत. आज संध्याकाळी त्यांचा सारा संकोच नाहीसा होऊन ती माझ्याशी मोकळेपणानं गुजगोष्टी करू लागतील.

हे वाचून तुम्हांला हसू येईल. फुलं माणसाशी गुलुगुलू गोष्टी करतात याच्यावर तुमचा विश्वासच बसायचा नाही. पण खरं सांगू? फुलं मोठी संभाषणचतुर असतात. त्यांची भाषा आपल्यापेक्षा थोडी निराळी असते, एवढंच. ती तुम्ही आपुलकीनं ऐकू लागलात, शांतपणानं त्यांच्या गोष्टीकडे तुम्ही लक्ष दिलंत, म्हणजे त्यांचं सारं बोलणं तुम्हांला कळू लागेल. किती किती गमतीदार गोष्टी ती सांगत असतात. ज्या पृथ्वीच्या अंगावर ती फुलतात त्याच्याविषयी, शेजारच्या फुलांविषयी, पहाटे त्यांचं चुंबन घेणाऱ्या दवबिंदूंविषयी आणि ज्यांचं त्यांनी हसतमुखानं स्वागत केलेलं असतं अशा हरतऱ्हेच्या फुलपाखरांविषयी ती एकसारखी बोलत सुटतात. वृक्षांची आणि त्यांची मोठी मैत्री असते. या मित्रांविषयीही ती खूप-खूप बोलतात. ज्या झाडांच्या सावलीत फुलं फुलतात ती कुणी तोडून टाकली, तर ही लगेच मलूल होतात आणि कोमेजून गळून पडतात हे तुम्हांला ठाऊक आहे काय? मैदानात पाहा, कुरणात चला अथवा अरण्याकडे दृष्टी टाका. तिथं एकटी राहणारी आणि एकटी वाढणारी अशी वस्तूच तुम्हांला आढळणार नाही. तिथल्या चराचराचं जीवन वैयक्तिक नसतं; ते सामाजिक असतं. त्या सर्वांचं जीवन म्हणजे एकमेकांवर प्रेम करणाऱ्या व्यक्तींनी भरलेल्या कुटुंबाचं जणू काही सुंदर प्रतिबिंबच वाटतं. कुरणं, फुलं, कुंपणं, पाखरं, काटेरी झाडं आणि सुंदर फुलं या सर्वांत तिथं एकच आत्मतत्त्व खेळत असलेलं दिसत.

३६

प्रिय,

तुरुंगातून पळून जाण्याचा प्रयत्न करीत असताना काही कैद्यांवर गोळ्या

झाडण्यात आल्या आणि या गोळीबारात ते मरण पावले. अशा प्रकारच्या हकिगती छापण्याचा खोडसाळ चोंबडेपणा सरकार अजून करीत आहे! लिबनेक, लक्झेंबर्ग, लँडार आणि त्यांच्यासारखे अनेक अनामिक लोक यांच्या खुनांची उदाहरणं ढळढळीत डोळ्यांपुढं असून –

माझ्यावरसुद्धा तुरुंगातून पळून जात असताना अशीच मृत्यूला मिठी मारण्याची पाळी एकदा येणार होती!

ती सारीच हकिगत महत्त्वाची आहे. हर नोस्केच्या लोकशाहीत राजकीय कैदी तुरुंगातून पळून जाण्याचे प्रयत्न कसे करतात याच्यावर तिच्यामुळं चांगला प्रकाश पडेल.

स्टॅडेलहेम तुरुंगातली १९१९ची गोष्ट. पहिल्या मजल्यावरच्या माझ्या खोलीत एक वॉर्डर आला आणि त्यानं मला तळमजल्यावरच्या एका कोठडीत नेलं. तिथं चौकशीचं काम चाललं होतं. मी त्या कोठडीत असताना तिच्या दाराशी पाच शिपाई गोळा झालेले मला दिसले. चेहऱ्यामोहऱ्यावरून ते साध्या सैनिकांच्या वेषात असलेले विद्यार्थी व अधिकारी आहेत असं मला वाटलं. यापुढं मी जे वर्णन करीत आहे त्याला दोन वॉर्डरांनी दिलेल्या लेखी साक्षीचा भरभक्कम आधार आहे. तुरुंगावरल्या मुख्य अधिकाऱ्यानं त्याच वेळी या सर्व गोष्टीचं टिपण करून ठेवलं आहे.

माझी कशी व्यवस्था लावायची याविषयी ते शिपाई आपापसात चर्चा करू लागले. त्यांच्यापैकी एकानं सूचना केली, ‘तो अंगणात फिरत असताना त्याचा पाय बुटानं चांगला जोरानं तुडवावा. म्हणजे साहजिकच पाय उचलण्याकरता तो उडी मारील. आपणाला एवढं बस्स आहे. त्यानं तुरुंगातून पळून जाण्याचा प्रयत्न केला हे त्यावरून सहज सिद्ध करता येईल.’ त्याच्या दोस्तांना ही सूचना पुरेपूर पटली. चौकशीच्या कोठडीतून मी माझ्या खोलीकडे परत जात असताना ते शिपाई माझ्या मजल्यावर आले– ‘लाल बदमाष – लुच्चा – उडाणटप्पू – असा पळतोस काय? आमच्या बंदुकीतली गोळी तुझी वाट पाहतेय!’ याशिवाय त्यांच्या तोंडातून दुसरा शब्दच बाहेर पडत नव्हता.

वॉर्डरच्या प्रसंगावधानामुळंच आमच्या खोल्यांकडे जाणाऱ्या वाटेच्या तोंडाशी जे लोखंडी गज आहेत, त्यातून ते आत येऊ शकले नाहीत. नंतर दहा मिनिटांनी मला अंगणात नेण्यात आलं. खोलीपुढच्या वाटेनं जात असताना ते शिपाई माझ्या दृष्टीला पडले. ते माझीच वाट पाहत होते. ही कैद्यांच्या व्यायामाची वेळ आहे हे त्यांना पक्कं ठाऊक होतं. तोंडानं धमक्या देत-देत ते माझ्यामागून येऊ लागले. त्यांनी जबरदस्तीनं अंगणात शिरण्याचा प्रयत्न केला. पण वॉर्डर मोठ्या नेटानं मध्ये पडला आणि त्यामुळं कायदा व सुव्यवस्था यांच्या त्या संरक्षकांचा माझा जीव घेण्याचा पवित्र उद्देश त्या दिवशी सफल होऊ शकला नाही.

३७

प्रिय टेसा,

सोमवारी तू मला भेटणार या कल्पनेने माझं मन किती आनंदित झालं आहे म्हणून सांगू? विद्यार्थिदशेत सुट्टी जवळ येऊ लागली म्हणजे आता आपण घरी जाणार या जाणिवेनं माझं मन जसं प्रफुल्लित होत असे – अगदी तस्सं वाटतंय आता मला.

मात्र सुट्टी सुरू होऊन घरी जाण्याकरिता मी आगगाडीत चढलो की माझ्या मनाचा तो अपूर्व उल्हास मावळायला सुरुवात होई. पंधरा दिवसांनी आपणाला घर सोडून परत यायला हवं या कल्पनेची उदास छाया त्याच्यावर हळूहळू तरंगू लागे. आताही माझी मन:स्थिती तशीच आहे. तुझ्या भेटीची उत्कंठा आणि वियोगाचं दु:ख यांच्यामध्ये माझी विलक्षण ओढाताण होत आहे. या रस्सीखेचीची तुला कल्पना तरी करता येते का? की मनातल्या मनात तू मला हसत आहेस?

३८

प्रिय,

तरुण पिढीतले कवी क्रांतिविन्मुख होत असल्याचं दृश्य मला स्पष्ट दिसत आहे. एका मोहक आभासाला बळी पडून आपण पूर्वी राजकीय कविता लिहिली असे कबुलीजबाब देत ते सुटले आहेत.

ठीक आहे! जीवनविन्मुख होऊन मूठभर मंडळींच्या खासगी बैठकीत या अहंकारी कलावंतांना आपला जो मोठेपणा मिरवायचा असेल, त्याचं ते खुशाल प्रदर्शन मांडू देत.

जीवनातल्या तीव्र अनुभूती आणि अतृप्त आत्मिक भूक यांच्यामुळं जो कवी समाजवादी होतो, त्याला असला थिल्लरपणा कधीच परवडणार नाही. भांडवलशाहीचा हा पडता काळ असला, तरी निरनिराळी रूपं धारण करून माणसांच्या आत्म्याला मोहवश करण्याचा प्रयत्न केल्याशिवाय ती स्वस्थ बसणार नाही, आपल्याविरुद्ध बंड उभारणारांचा छळ मांडल्याशिवाय तिला समाधान लाभणार नाही. या अखंड झगड्यात न दमता, न भागता, कुठल्याही मोहाला बळी न पडता आपली तुतारी उच्च स्वरात फुंकीत राहणं ही गोष्ट सोपी थोडीच आहे! भाडोत्री पक्षपुढाऱ्यांचा भकासपणा – दैनंदिन व्यवहारात एखाद्या किड्याप्रमाणं ठिकठिकाणी वळवळणारा क्षुद्र मत्सर – छे! या साऱ्या गोष्टींची हळव्या मनाला

कशी शिसारी येते.

बहुजनसमाजाच्या कवीचं खरं स्थान कामगारांच्या रांगांत आहे. ज्यांची वाणी दलित जनतेच्या लढ्याला सहज आवाहन करू शकते आणि ज्यांच्या शब्दाशब्दांत मोठमोठे कारखाने आणि अजस्र नगरं यांच्यातून वाहात राहणाऱ्या लोकगंगेच्या अंतरंगाचे गंभीर निनाद ध्वनित होतात, अशा कवींची आज आपल्याला जरुरी आहे. जो जनतेचा कवी, तोच खरोखर मानवतेचा कवी.

* * *

(कलेकरिता कला की जीवनाकरिता कला हा वाद मराठी वाङ्मयात आठ-दहा वर्षांपूर्वी गाजून गेला. अलीकडे साहित्यिक या नात्यानं सानेगुरुजींना लोकप्रियता मिळताच तो वाद पुन्हा नव्या स्वरूपात वर डोकं काढीत आहे. भावनाशील साने म्हणतात, 'कला राष्ट्रासाठी आहे. निदान आजची कला तरी तशी असली पाहिजे!' त्यांचे विरोधक प्रतिपादन करितात, 'सान्यांना कला म्हणजे काय हे कळत नाही! आजचं साहित्य राष्ट्रीय भावनांचा प्रचार करणारं पाहिजे असा अट्टाहास करणं हा कलेवर होणारा मोठाच अत्याचार आहे.'

या दोन विधानांत दिसतं तितकं अंतर खरोखरीच आहे काय? कलावंत प्रचारक केव्हा होतो? आणि प्रचार या शब्दाचा कोणता अर्थ त्याला अभिप्रेत असतो? एखाद्या ललित कृतीतला प्रचार हडेलहप्प मनुष्याप्रमाणं तिच्या दारात उभा राहून कला, काव्य, सौंदर्य, लालित्य वगैरेंना आत यायला मज्जाव करीत असतो काय? आजची उत्कृष्ट कला राष्ट्रवादी असणं अशक्य आहे काय? या व असल्या अनेक प्रश्नांचं उत्तर टोलरच्या खालील पत्रात वाचकांना मिळू शकेल. हे पत्र त्यानं तुरुंगावरल्या अधिकाऱ्याला उद्देशून लिहिलं आहे.)

३९

प्रिय,

तुम्ही माझं 'देहान्त शिक्षा' हे छोटं शब्दचित्र अधिकारी या नात्यानं जप्त करून ठेवलं आहे असं मला कळतं. या जप्तीचं कारण काय? तर त्याच्यात काही प्रचाराचा भाग आहे म्हणे! 'देहान्त शिक्षा' हे क्रांतिकालातलं एक लहानसं शब्दचित्र आहे. कदाचित त्यातल्या शेवटच्या क्रांतीच्या दृश्यामुळं तुम्हांला ते प्रचारात्मक वाटू लागलं असेल. पण एवढ्यासाठी ते जप्त करायचं म्हटलं, तर

जगाच्या साहित्यातले क्रांतीचे सर्व इतिहासही तुम्हांला कड्याकुलुपात घालून ठेवावे लागतील. (या विषयावर मोठमोठ्या लोकांनी लिहिलेली पुस्तकं थोडीथोडकी नाहीत हे कृपा करून लक्षात ठेवा.)

तसं पाहिलं, तर माझ्या या जप्त झालेल्या छोट्या शब्दचित्रात आक्षेपार्ह असं काय आहे?

एक स्त्री एका क्रांतिकारकाला आपल्या घरात आश्रय देते आणि त्याला वाचविण्याकरिता त्याच्या हातात असलेला छोटा बॉंब आपल्या अंगावरल्या वस्त्रात दडवून ठेवते. तिच्या घरावर शिपाई छापा घालतात. ते तिची झडती घेतात, तेव्हा तो हॅंडग्रेनेड तिच्यापाशी सापडतो. ज्याच्याजवळ कुठल्याही प्रकारचं शस्त्र मिळेल, त्याला गोळी घालून ठार मारण्याचा वटहुकूम आधीच निघालेला असतो! त्या हुकुमाप्रमाणं कोर्ट मार्शल होऊन त्या स्त्रीला देहान्ताची शिक्षा दिली जाते.

लष्करी कोर्ट म्हटलं की तिथं पुरी चौकशी करण्याइतकी कोणाला फुरसद असते? समोर असलेल्या पुराव्यावरून झटपट निकाल देऊन टाकायचे असाच या कोर्टाचा खाक्या असतो. न्यायदानाच्या या घिसाडघाईत अनेकदा निरपराधी लोक गुन्हेगार ठरतात हे काही मोठं गुप्त सत्य आहे असं नाही! असल्या चौकशीच्या वेळी अनुभवशून्य तरुण अधिकाऱ्यांना न्यायाधीश नेमण्यात येतं हेही सर्वांना ठाऊक आहे.

शिक्षेची अंमलबजावणी होण्याच्या जागी ती स्त्री जेव्हा येते, तेव्हा तिथले सैनिक तिचा हरतऱ्हेनं उपमर्द करतात. युद्धानं त्यांची सारी माणुसकी मारून टाकलेली असते!

ज्यांच्या शब्दाशब्दांतून शत्रूचा द्वेषपूर्ण तिरस्कार आणि रक्तपाताचा अंध पुरस्कार काठोकाठ भरलेला होता अशा युद्धकाळातल्या कविता तुम्हांला आठवत नाहीत काय? ज्यांचा उच्चार करायलासुद्धा सभ्य मनुष्याच्या जिभेला शरम वाटेल असलं घाणेरडं लिखाण त्या वेळच्या आगगाड्यांच्या डब्यात तुम्ही पाहिलेलं नाही काय?

अशा वेळी सैनिक जे बोलतात, तेच उद्गार मी माझ्या या शब्दचित्रातल्या शिपायांच्या तोंडी घातले आहेत. त्यात कुणालाही चिथावणी देईल असं मी काय लिहिलं आहे? माझ्या लिहिण्यातलं अवाक्षरसुद्धा कुणाला नवीन वाटण्यासारखं नाही! ते सारं सर्वांना सुपरिचित आहे.

त्या स्त्रीशी सर्वांत अधिक रानटीपणानं वागणाऱ्या सैनिकाच्या मनातच शेवटच्या क्षणी क्रांती घडून येते. आत्तापर्यंत निद्रित असलेली त्याची माणुसकी जागृत होते. गोळ्यांची फैर झडल्यानंतरही ती स्त्री जिवंत आहे असा त्याला भास होतो. नि:सीम करुणेनं भरलेल्या, त्वेष आणि द्वेष यांचा संपर्कसुद्धा नसलेल्या, उलट

आपला वध करणारांच्यावर दयेची वृष्टी करणाऱ्या तिच्या डोळ्यांकडे तो टक लावून पाहू लागतो.

त्याच्या मनाचा विलक्षण गोंधळ उडतो. त्याच्या अंत:करणातल्या सर्व कोमल भावना अगदी तळापासून ढवळून निघतात. तो झटकन उठतो, हातातली बंदूक मोडून तोडून अगदी फेकून देतो, मोठमोठ्यानं ओरडतो आणि मग वेड्यासारखा बडबडत सुटतो. जिथं पाहावं, तिथं त्याला त्या स्त्रीचे ते शांत प्रेमळ डोळे दिसू लागतात. सरते शेवटी तो मोठ्या भक्तीनं तिच्या निर्जीव शरीराजवळ जातो आणि तिच्या ओठांची, तोंडाची आणि डोळ्यांची चुंबने घेत सुटतो. एवढ्यानं त्याच्या हृदयाचा भार हलका होत नाही. वेडाच्या लहरीत तो तिला उद्देशून एक करुण प्रेमगीत गाऊ लागतो.

महाशय, यात मी कुठं व कसला प्रचार केला आहे ते कृपा करून आपण मला समजावून सांगाल काय?

अशा प्रेमळ आणि थोर स्त्रीचा अमानुष रीतीनं वध व्हायला नको होता हे त्या सैनिकाला शेवटच्या क्षणी पटतं. याला का तुम्ही प्रचार म्हणणार? एका मनुष्याला दुसऱ्याला देहान्त शिक्षा देण्याचा अधिकार नाही, या सत्याची त्या सैनिकाला अंती प्रचीती येते. पण कुठल्याही प्रचीतीचं चित्रण म्हणजे काही कृत्रिम अथवा एकांगी प्रचार नव्हे!

ही सारी घटना ज्या काळाची द्योतक आहे, त्या काळाचा अमानुषपणा असह्य होऊन हा बिचारा सैनिक त्याच्या विरुद्ध बंड पुकारतो. मानसिक वेदनांचा आविष्कार एवढंच त्या बंडाचं खरं स्वरूप आहे! या वेदनांनी शेवटी त्याला वेड लागतं. यात प्रचारात्मक असं मी काय लिहिलं आहे?

एक त्रिकालाबाधित सत्य सांगतो. केवळ वकिली म्हणून खरा कलावंत एक अक्षरसुद्धा कधीही लिहिणार नाही. अंत:करणाला जेव्हा आवाहन मिळतं, जेव्हा काळीज जळू लागतं, अगदी लिहवल्याशिवाय राहवत नाही असं जेव्हा होतं; तेव्हाच जातिवंत लेखक हातात लेखणी घेतो. प्रेरणा नसेल, तर तो स्वस्थ बसेल. उत्कट प्रेरणेवाचून आणि प्रामाणिक प्रचीतीवाचून बाजारी लेखक लेखन करू शकतात. कलावंताला ते अशक्य आहे.

मात्र प्रचार याचा अर्थ प्रत्येकाच्या अंत:करणातल्या मानवतेला जागृत करणं असा असेल, तर खऱ्या कलावंताच्या प्रत्येक कृतीत प्रचार असतोच असतो असं मी म्हणेन.

■

तुरुंगातील पत्रे

भाग : दोन

●

गुरुवर्य
आण्णासाहेब कर्वे
यांस

●

१

प्रिय,

गेले काही महिने मी अर्थशास्त्र, राज्यशास्त्र, समाजशास्त्र इत्यादी विषयांच्या अभ्यासाकडे वळलो आहे. कारण राजकारण हा नुसत्या भावनेचा, स्वत:च्या प्रवृत्तीचा किंवा आवडीनावडीचा खेळ नाही, अशी माझी खातरी होऊन चुकली आहे. राजकीय घडामोडींच्या नियमांचे संपूर्ण ज्ञान व्हायला आणि राजकारणातल्या सर्व क्रियाप्रतिक्रियांची परिपूर्ण कल्पना यायला माणसाने वस्तुस्थितीचा सूक्ष्म परिचय करून घ्यायला हवा. खरे सांगू? केवळ राजकीय घडामोडीपुरतेच बोलावयाचे म्हटले, तर या अभ्यासामुळे माझे अनेक जुने गोड भ्रम नाहीसे होऊ लागले आहेत. वस्तुस्थिती आणि विचारप्रणाली हे शब्द मला सुपरिचित होते, पण त्यांच्या अंतरंगाचे खरेखुरे दर्शन या अभ्यासामुळेच मला होत आहे. कदाचित एखादे दिवशी मीसुद्धा एक विचारी आणि व्यवहारी राजकारणी पुरुष होईन! नाही?

माझ्या तुरुंगवासाला काल एक वर्ष झाले! त्याच्या दुसरेच दिवशी लेव्हिन मारला गेला. आजपासून एका वर्षाने काय घडेल? कुणी सांगावे? दैवाला कुणीच चकवू शकत नाही!

२

प्रिय,

मला वाटते, स्वतंत्र डेमॉक्रेटिक पक्षाच्या राजकारणात इतर सर्व गुण आहेत फक्त एकच गुण नाही! तो म्हणजे लोकांना आपल्याकडे ओढून घेण्याचा! या पक्षाच्या कार्यक्रमाविषयी मला मिळालेल्या माहितीवरून केवळ टाळ्या मिळविण्याकरिता केल्या जाणाऱ्या गर्जनांचे आणि घोषणांचे राज्य आपल्यात अजूनही सुरू आहे असे दिसते.

खऱ्या महत्त्वाच्या गोष्टींचा आपल्या पक्षाला विसर पडला आहे, असेच यावरून समजायचे काय? आपण क्रांतीच्या एका विशिष्ट टप्प्यापर्यंत आलो आहोत. आता जे काम उरले आहे, ते केवळ भावनात्मक जागृतीचे नसून दररोज करावे लागणारे व्यावहारिक कार्य आहे. मूर्ख किंवा मत्सरी माणसे क्रांतिविन्मुख झाल्याचा आरोप आमच्यावर करीत राहतील ते कळत असूनसुद्धा लवकरच अमलात आणता येईल असा विधायक कार्यक्रम आखून तो आपण पार पाडला पाहिजे, हे आपल्या पक्षाला अजूनही पटत नाही काय? पहिली

गोष्ट म्हणजे लोकशाहीच्या पायावर उभारलेल्या प्रजासत्ताक राज्याचा आपण पुरस्कार केला पाहिजे. राज्यकारभाराच्या सर्व प्रश्नांबाबत आपण इतर पक्षांशी सहकार्य करायला हवे! आपल्या पक्षाचे स्वातंत्र्य न गमावता बहुसंख्य समाजवाद्यांशी सहकार्य करूनच आपण प्रगती करू शकू.

अगदी लहान-लहान सुधारणांचेसुद्धा आपण स्वागत केले पाहिजे. विरोधकाच्या भूमिकेवर उभ्या राहणाऱ्या मनुष्याला सहजासहजी जी लोकप्रियता मिळते, ती आपल्या वाट्याला मुळीच येणार नाही. उलटी आपली हेटाळणी होईल, पण आमूलाग्र क्रांती हवी म्हणून या लहानसहान सुधारणांकडे आम्ही ढुंकूनसुद्धा पाहायला तयार नाही, असे ऐटीने सांगून आपल्या पक्षाने आज प्रचलित घडामोडींपासून अलिप्त राहणे आत्मघातकीपणाचे होईल.

आपली राजकीय प्रगती कदाचित हरिणाच्या गतीने होऊ शकेल! पण आर्थिक प्रगती मात्र – अं हं! तिथेच घोडे पेंड खाईल. राजकीय सत्ता संपादन करण्याची इच्छा कामगारवर्गाच्या मनात आपण तीव्रतेने निर्माण केली पाहिजे हे खरे! पण त्याबरोबरच अर्थशास्त्राचे आणि आर्थिक घडामोडींचे नियम त्यांना पूर्णपणे समजतील ही दक्षताही आपण घ्यायला हवी! आपल्यात नेमकी याच गोष्टीची उणीव आहे असे मला वाटते. तुमच्या वर्तमानपत्रात प्रचलित उथळ चर्चेला आणि गप्पांना जागा देण्यापेक्षा आर्थिक प्रश्नांचा मूलगामी विचार करणारे निबंध तुम्ही अवश्य द्या. फ्रँकफुर्टर झीटंग किंवा अशीच जी दुसरी वृत्तपत्रे आहेत त्यात येणारे निबंध तुम्ही पुनर्मुद्रित करीत चला आणि भांडवलशाहीची पद्धती व धोरण ही आम्हांला हव्या असलेल्या समाजवादाच्या मार्गापासून व ध्येयापासून किती भिन्न आहेत हे सर्वांना कळेल असा प्रयत्न करा.

कामकरिवर्गाच्या कार्यकारी मंडळाकरिता अभ्यासकेंद्रे काढली आहेत काय?

सुबोध पण आकर्षक शैलीने लिहिलेली आर्थिक प्रश्नावरली पत्रके आणि छोटी पुस्तके तुम्ही प्रकाशित करणे आवश्यक आहे. ती शक्य तितकी स्वस्त दिली पाहिजेत हेही विसरू नका.

तुमच्या वर्तमानपत्रात प्रत्येक आठवड्यातल्या घडामोडी आणि चालू परिस्थिती यांचे राजकीय आणि आर्थिक अशा दोन्ही दृष्टिकोणातून तुम्ही समालोचन केले, तर ते फार चांगले होईल. रशियात क्रांतीनंतर समाजवादाची स्थापना करण्याकरिता ज्या मार्गाचा अवलंब करण्यात आला. त्याची तुम्ही टीकात्मक चर्चा केली पाहिजे आणि परिस्थितीच्या विलक्षण भिन्नतेमुळे जर्मनीत ते मार्ग उपकारक ठरणार नाहीत, हे लोकांना पटवून दिले पाहिजे. शक्य त्या सर्व मार्गांनी गैरसमज, कारस्थाने आणि सूडाच्या कल्पना यांच्या मुळाशी असलेल्या आजच्या सर्व दुष्ट प्रवृत्तींवर हल्ला चढविणे हे तुमचे महत्त्वाचे कर्तव्य आहे.

३

प्रिय टेसा,

यंत्राविरुद्ध बंड करून उठणाऱ्या इंग्लिश कामगारांच्या ऐतिहासिक झगड्यावर आधारलेल्या एका नाटकाचे कथानक माझ्या मनात हळूहळू फुलत आहे. मधूनच माझी प्रतिभा झोपी जाते आणि मग मला वाटायला लागते – आपली कल्पकता निस्तेज होत आहे, आपल्या अंत:करणातला भावनेचा झरा आटत आहे. दिवस मावळला! आता पुढे? रात्रीचे राज्य!

इजिप्तमधल्या फर्मास सिगारेटचा मी या वेळी आस्वाद घेत आहे! आणि खोलीतला हा छोटा कारबाइडचा दिवा – केवढा जिवलग मित्र आहे तो माझा!

काल संध्याकाळपासून बर्फ पडायला सुरुवात झाली. पावसाळ्यात संध्याकाळी आकाशात भरणारे ते उन्मादक रंगांचे मनोहर संमेलन –

ते संमेलन आता संपले. हिवाळा आला. माझ्या खोलीतली प्रत्येक वस्तू आता माझे शत्रुत्व केल्याशिवाय राहणार नाही.

हा बिछाना – हे टेबल – ती भिंत –

अरेरे! किती अभागी आहे मी!

या हिवाळ्यात माझी नाजूक फुले घेऊन मी कुठे जाऊ? कुठे जपून ठेवू मी त्यांना? ते हासरे ऊन – जमिनीवरल्या त्या नाचऱ्या सावल्या – हे सारे कुठे लपवून ठेवायचे?

या थंडगार भिंती मुक्या माणसांसारख्या उभ्या आहेत. त्यांची उदास वृत्ती आणि भकास दृष्टी –

बाहेर वाऱ्यावर फडफडणाऱ्या निशाणांचा कर्णकटू आवाज तेवढा ऐकू येत आहे!

४

प्रिय,

इथे तुरुंगात मला एक कैदी भेटला. त्याच्या कपाळावर दोन्ही भुवयांच्यामध्ये एक खोल तांबडा उभट वण आहे. या कैद्याचे नाव लडविग एस आहे. म्यूनिचमधला एक रोटीवाला आहे तो बिचारा. त्याला बोलता येत नाही आणि ऐकूही येत नाही असे माझ्या मित्राकडून मला कळले. मी त्याला आपली कहाणी एका कागदावर लिहून देण्याविषयी सांगितले. त्याच्याच शब्दात ती

कथा मी खाली देत आहे.

"मी लाल सेनेत होतो. दोन मे रोजी मला कैद करण्यात आले. लगेच मला एका अधिकाऱ्यापुढे नेऊन उभे केले. त्याने माझी सविस्तर माहिती टिपून घेतली. नंतर मला एका सार्जंट मेजरच्या हवाली करण्यात आले. तो मला एका शाळेच्या पटांगणात घेऊन गेला. तिथे पोहोचताच तो मला म्हणाला, "लांबलचक कंटाळवाणे शिष्टाचार उगीच कशाला हवेत? हे पाहा दोस्त, भिंतीला पाठ लावून तू ताठ उभा राहा कसा!" मी फारसा विचार न करता तसा उभा राहिलो. मनातून मला भय वाटत होते; नाही असे नाही. पण हे सारे इतके जलद घडले की, मला विचार करायला सवडच मिळाली नाही. त्या सार्जंट मेजरने आपला रिव्हॉल्वर काढला, नेम धरला आणि गोळी झाडली.

"मी त्या पटांगणात धाडकन पडलो. माझे डोके मागे लोंबू लागले. काहीतरी ओले चिकट अंगाला लागल्याचा भासही मला झाला. मी विचार करू लागलो. काय बरे झाले असावे?...अरे देवा! मला गोळी घालून ठार मारण्यात आले आहे! पण मग...मी डोळे उघडून पाहिले. वर आकाश स्पष्ट दिसत होते. काय झाले असावे याचा मी झटपट विचार करू लागलो. त्या सार्जंट मेजरने माझ्यावर गोळी झाडली होती खास! ते काही नुसते भयंकर स्वप्न नव्हते, पण मी मात्र जिवंत राहिलो होतो. बहुधा मला जखम झाली असावी! ती कुठे झाली हे मला काही केल्या कळेना. जमिनीवरून उठण्याची तीव्र इच्छा माझ्या मनात उत्पन्न झाली. पण तसे न करणेच इष्ट आहे. मला वाटले, कदाचित तो सार्जंट मेजर माडीवर आपल्या कचेरीत बसला असेल आणि मी जिवंत आहे असे दिसले, तर तो खाली येऊन माझा निकाल लावून टाकील! भीतीने मी जागच्या जागी एखाद्या प्रेतासारखा ताठ पडून राहिलो.

"मध्ये किती काळ गेला याची कल्पना आली नाही. मला एकदम आवाज ऐकू येऊ लागले. एक म्हणत होता, "तो पाहा, तिथं एक लाल कुत्ता पडला आहे!' कुणीतरी माझे खिसे चाचपीत असावा! त्यात असेल नसेल ते लुटण्याचा त्याचा बेत असावा. त्यांच्यापैकी एक म्हणाला, "अरे, तो अजून जिवंत आहेसं दिसतं!' दुसरा हसत उत्तरला, "तर मग त्याला मुक्ती देऊ या!" एकदम माझ्या कपाळाला कसला तरी थंडगार स्पर्श झाल्याचा मला भास झाला.

"मी जागा झालो. एका मोठ्या हॉलमध्ये शस्त्रक्रियेच्या टेबलावर मी पडलो आहे असे मला दिसून आले. पांढरे झगे घातलेले पुरुष आणि परिचारिका मला दिसत होत्या. त्यांचे ओठ हालत होते, पण ती सारी माणसे काय बोलत आहेत हे मात्र कळेना. मला बोलावेसे वाटले, पण काही केल्या बोलता येईना. एकदम मला आठवण झाली! वाटले, मी मेलो तर नाही ना? मी त्यांना खूण करू

लागलो. मला बोलता येत नाही आणि ऐकूही येत नाही हे आता कुठे माझ्या भोवतालच्या लोकांच्या लक्षात आले.

"पुढे हळूहळू हे कसे घडले ते मला कळले. मला मारणाऱ्या सार्जंट मेजरची गोळी माझ्या सिगोरटच्या पेटीवर उशी खाऊन उडाली. भीती आणि मनाला बसलेला धक्का यांच्यामुळे मी मूर्च्छित पडलो. मला मुक्ती देण्याची भाषा बोलणाऱ्या शिपायाने आपले पिस्तूल माझ्या कपाळावर ठेवले असावे! पण माझे डोके मागे लोंबत असल्यामुळे ती गोळी मला फक्त चाटून गेली. माझ्या कपाळावर जो खोल वण आहे तो याच गोळीचा. मी अंगणात तसाच पडून राहिलो. रात्री प्रेतांनी भरलेल्या एका मोठ्या गाड्यात या पटांगणात पडलेली सारी माणसे शिपायांनी भरली. त्यांनी ती सर्व प्रेते पूर्वेकडल्या स्मशानात नेली. तिथे जमिनीवर टाकल्यावर माझ्या शरीराने थोडीशी हालचाल केली. ती एका धर्मोपदेशकाच्या नजरेला पडली. त्याने मला इस्पितळात पोचविण्याचा हुकूम दिला."

आमच्या न्यायबुद्धीची स्पष्ट कल्पना या हकीकतीइतकी दुसऱ्या कशानेही यायची नाही. मध्ययुगात कैद्यांना आपल्या नशिबाचा निकाल लावून घेण्याकरता काहीतरी दिव्य करावे लागे. त्या दिव्यातून तो मनुष्य सुखरूप पार पडला म्हणजे त्याचे स्वातंत्र्य त्याला परत मिळत असे. आता आम्ही विसाव्या शतकात राहत आहो. आमचे युग अधिक सुसंस्कृत, अधिक प्रगतिशील आणि अधिक सहृदय आहे अशा आम्ही पदोपदी बढाया मारतो. पण –

ज्याने दोनदा बंदुकीच्या गोळीला तोंड देण्याच्या सर्व वेदना सोसल्या आहेत, किंबहुना जो दोनदा मृत्यूला कवटाळून आला आहे, अशा या लुळ्यापांगळ्या मनुष्यावर बव्हेरियन सरकार खटला भरते आणि या गरीब प्राण्याला गुन्हेगार ठरवून तुरुंगात डांबून ठेवते! खास न्याय आहे नाही?

५

महाशय,

तुरुंगावरले अधिकारी या नात्याने तुम्ही माझे हस्तलिखित जप्त करून ठेवले आहे. माझ्या लिखाणाला कलेच्या क्षेत्रात स्थान मिळेल किंवा काय आणि सर्व जनतेच्या दृष्टीने ते महत्त्वाचे आहे किंवा नाही याचा निर्णय द्यायला माझ्यापेक्षा अधिक लायक असे अनेक रसिक जगात आहेत. त्यांचा निर्णय मी आनंदाने मान्य करीन. मला तुम्हांला एकच गोष्ट सुनवायची आहे. ती ही की,

जर्मन कलाकृतीचे परदेशात होणारे स्वागत ही गोष्ट तुमच्या सध्याच्या चार दिवसांच्या राजवटीच्या सोंगापेक्षा फार महत्त्वाची आहे.

६

प्रिय टेसा,

तुरुंगातल्या कोठडीत सध्याइतका माझा कधीच कोंडमारा झालेला नव्हता. स्वातंत्र्य! माझे डोळे स्वातंत्र्याच्या दर्शनाकरिता तहानलेले आहेत – माझे हृदय स्वातंत्र्याच्या अनुभूतीकरिता आसुसले आहे.

तू आपल्या मुलाला घेऊन मला भेटायला आलीस याबद्दल वाटणारी कृतज्ञता मी कोणत्या शब्दांनी व्यक्त करू? तू येण्यापूर्वी माझ्या मनाचा धीर सुटत चालला होता. मी अश्रद्ध बनत चाललो होतो.

पण आता? छे! मी दुबळा नाही, मी अश्रद्ध नाही. परिस्थितीच्या तीव्रतेने बोचत असूनही माझे मन एकच गोष्ट घोकीत आहे. काहीही होवो, आपल्या अंतःप्रेरणेशी प्रामाणिक राहायचे, आपला आत्मा निष्कलंक ठेवायचा!

तथापि एक गोष्ट मी विसरू शकत नाही. माझ्या अनेक संकल्पांचा चक्काचूर होत आहे. मी कितीही तत्त्वनिष्ठ असलो, कितीही सात्त्विक झालो; तरी मात्र मला आता एकच मार्ग मोकळा आहे हे मला कळते. नियतीनेच तो माझ्यासाठी निश्चित केला आहे, बद्धतेच्या या ज्ञानामुळेच मला मुक्ततेचा आनंद उपभोगता येत आहे. मी मुक्त आहे. मी स्वतंत्र आहे.

७

प्रिय आणि पूज्य रोला,

मला तुरुंगात येऊन जवळजवळ दोन वर्षे होत आली. मठात राहणाऱ्या संन्याशाने एकांतवासात जसे दिवस काढावे, तसा हा काळ मी घालविला. मी फरारी होतो तेव्हाचे दिवस एकाच प्रकारच्या जीवनक्रमामुळे कंटाळवाणे वाटले. त्या मानाने कारागृहातले जीवन कितीतरी विविध आणि सजीव आहे. नवनवीन अनुभवांनी नटलेल्या आणि कामाच्या धुंदीत क्षणासारख्या भासणाऱ्या अनेक आनंददायक घटकांचा लाभ मला इथे झाला आहे. आयुष्याची पुनरावृत्ती व्हायची असेल, तर त्याच्यातून हे दिवस काढून टाकायला मी कधीही कबूल होणार

नाही. तुरुंगात पहिले पाऊल टाकताना माझे मन जितके निश्चल होते, तितकेच ते आजही आहे. उलट जीवनाच्या विविध दर्शनाने आणि त्यातल्या अनेक अपूर्व अनुभूतींनी त्याला एक प्रकारची पूर्णता आली आहे. इथे कितीतरी कटू अनुभवांचे प्याले मला घ्यावे लागले. त्यातला थेंब नि थेंब प्यावा लागला. अप्रिय अशा अनेक अनुभवांतून मला जावे लागले – त्यांच्या आड लपलेल्या व्यापक सत्याचे दीर्घ चिंतनानंतरच मला दर्शन झाले!

या सर्व अनुभवांचे सार एकच आहे. तुरुंग ही जीवनविकासाची शाळा आहे. या शाळेत मानवतेचे मनुष्याला खरेखुरे दर्शन होते – तिचे सर्व सुंदर मुखवटे इथे गळून पडतात.

माझी सुटका? छे! तुरुंगाच्या कोठड्यांनी गजबजलेल्या या बव्हेरियात माझी त्वरित मुक्तता होणे शक्य तरी आहे का? या प्रजासत्ताक राज्यात लोकसत्ता केवळ नामधारी आहे. आपल्या कट्टर शत्रूंना ती अभयदान देते, पण काल लिबनेक, रोझा, लक्झेंबर्ग, गस्टॉव, लँडार किंवा ज्यांचा अमानुषपणे वध करण्यात आला, असे ते बत्तीस खलाशी या सर्वांच्या रक्ताने विटाळलेल्या खुनी माणसांना न्यायासनापुढे खेचून त्यांना शिक्षा ठोठावण्याचे सामर्थ्य मात्र तिच्यात नाही. समाजात न्याय आणि समता प्रस्थापित व्हावी, म्हणून जे बंडाचा झेंडा उभारतात त्यांना या देशात तुरुंगात डांबून ठेवण्यात येते! मध्यम वर्गातल्या एका पार्लमेंटच्या सभासदाने तर रीशटागमध्ये आमचा 'रक्त पशू' म्हणून परवा उल्लेख केला. असली बेजबाबदार बडबड जिथे मुकाट्याने चालू दिली जाते तिथे –

जर्मनी ही माझी पितृभूमी आहे. मी ज्यू आहे म्हणून तिने माझा तिरस्कार केला, तरी तिच्यावरचे माझे प्रेम रतिमात्रही कमी झालेले नाही. पण मला एका गोष्टीचे राहून-राहून दुःख होते. आजचा जर्मनी आपले बौद्धिक व आत्मिक स्थान पुन्हा संपादन करण्याच्या मार्गावर नाही. रानटी लष्करशाही, लाचलुचपतीची साथ, दुसऱ्यांना गुलाम करू इच्छिणाऱ्या विकृत मनोवृत्तींचे थैमान – ही सारी पिशाचे आजच्या जर्मनीत नंगा नाच घालीत आहेत. कामगारांच्या चळवळीत भयंकर तट पडलेले आहेत. मतभेद म्हटला की, आपल्या पक्षाच्या दृष्टिकोणातून त्याच्याकडे पाहायचे आणि त्याची तुच्छतेने – अगदी द्वेष बुद्धीने – संभावना करायची ही प्रवृत्ती सर्वत्र बळावली आहे. प्रतिगामी शक्ती फोफावत आहेत. सूड आणि जुलूम ही जुनी तिरस्करणीय ध्येये उराशी कवटाळून प्रत्येक पाऊल टाकणारा समाज प्रतिगामी प्रवृत्तींचे पोषण करून देशाचे पाऊल मागे खेचण्याखेरीज दुसरे काय करू शकणार आहे?

८

प्रिय,

बर्लिनमध्ये 'हिंकमॅन' या माझ्या नाटकाचा तुम्ही आज पहिला प्रयोग करणार आहात. मला माझ्या काही मित्रांना त्या प्रयोगाच्या निमंत्रणपत्रिका पाठवायच्या आहेत. त्यांचे पत्ते मी कुठे पाठवून देऊ?

आणखी एक विनंती करतो – खळबळ उडवून देणाऱ्या जाहिरातबाजीपासून माझे रक्षण करा. असंबद्ध जाहिराती कुठेही येणार नाहीत अशी दक्षता घ्या. जादा खेळाच्या वेळची भाषणे मला अप्रस्तुत वाटतात. माझ्या 'हिंकमॅन' ह्या शोकान्त नाटकाचा प्रयोग होण्यापेक्षा अधिक असे नाटकगृहात काय घडणार आहे? मग इतर नाटकांच्या वेळी जो गाजावाजा केला जात नाही आणि जाहिरातींची जी धामधूम उडत नाही, तिची याच वेळी काय जरूर आहे?

नाटकगृहातल्या प्रेक्षकांना माझ्या तुरुंगवासाची अकारण आठवण करून देणे – छे! मला हे मुळीच पसंत नाही. माझ्या तुरुंगवासाचा अशा रीतीने उपयोग करणे म्हणजे लोकांच्या भावनांचा निर्लज्जपणाने गैरफायदा घेण्यासारखे आहे. नाही का?

९

प्रिय टेसा,

प्रेमाला कधी प्रमाणे लागत नाहीत! प्रीतीच्या राज्यात एका मनाची खूण दुसऱ्या मनाला आपोआप पटते. आपण एकजीव झालो आहोत असे ज्यांना वाटते, त्यांनी बाह्य पुराव्यावरून आपला स्नेह सिद्ध करण्याचा प्रयत्न करणे हास्यास्पद ठरेल! प्रीतीची खरी कसोटी एकच आहे! आपण ज्याच्यावर प्रेम करतो, त्याच्या मनातल्या सर्व आंदोलनांशी समरस होणे, ती व्यक्ती अज्ञात मार्गाने जाऊ लागली, तरी तिच्याविषयी आदर बाळगणे आणि 'या मार्गानं जाणं तिला प्राप्तच होतं' असे उद्गार काढून स्वतःचे समाधान करून घेणे.

पण तुरुंगाच्या भिंतीपलीकडच्या जगातून येणारी एक-एक बातमी कानांवर पडली म्हणजे मात्र माझा हा सारा उत्साह–

काल काय म्हणे पाशेसारखा धैर्यशाली शांततावादी मनुष्य पळून जाण्याचा प्रयत्न करीत असताना मारला गेला. आज काय? तर म्यूनिचच्या फौजदार कचेरीत एका ज्यूला यथेच्छ चोप देण्यात आला. काही विद्यार्थ्यांनी गोळीबार करून पंधरा

कामगार ठार मारले आणि चौकशीअंती ते विद्यार्थी निर्दोषी ठरून सुटले!

जिकडे-तिकडे भुकेचे थैमान! जिथे पाहावे, तिथे दुःख– निराशा!

हे सारे पाहिले म्हणजे माझ्या मनातला बालसुलभ आशावाद कुठल्या कुठे पळून जातो! श्रद्धा निर्माण करण्याचे शब्दातले सारे सामर्थ्य लोप पावते. भयाण भासणारा एकाकीपणा तीव्रतने जाणवू लागतो. या जगात माणूस माणसाचा कधीच मित्र होणार नाही काय? मनुष्यांची मने जोडू शकेल अशी दिव्य शक्तीच जगात नाही काय?

जो तो आपल्या शेजाऱ्याची निंदा करीत आहे, असे तू म्हणालीस. आपली पोळी आणि तिच्यावरले तूप – माणसाची जगातली सारी धडपड का या एवढ्या नागड्याउघड्या स्वार्थासाठीच चालली आहे?

भविष्यकाळाचे भेसूर चित्र माझ्या डोळ्यांपुढे उभे राहत आहे. युरोपच्या ललाटी दैवाने काय लिहून ठेवले आहे. – जर्मनीच्या पुढे नियतीने कोणते ताट वाढून ठेवले आहे?

छे! विचार करकरून मन कसे सुन्न होते! भविष्याची भयानक चित्रे डोळ्यांपुढे उभी राहिली म्हणजे मोठ्याने ओरडावे आणि त्या चित्रांपासून कुठेतरी दूरदूर पळून जावे अशी इच्छा माझ्या मनात उत्पन्न होते

१०

(खाली दिलेली टोलरची तार तुरुंगावरल्या अधिकाऱ्याने पुढे जाऊ दिली नाही. राजकीय कैदी नेहमी गुप्त कटाच्या आणि फंदफितुरीच्या भानगडी करीत असतात, अशा समजुतीने बिथरून गेलेले बथ्थड डोक्याचे अधिकारी साध्या शब्दांचाही किती भयंकर अर्थ करू शकतात, याचा हा नमुना वाचकांना मोठा मजेदार वाटेल.)

तार

गस्टॉव किपेन हॉर, पॉट्सडॅम्, यांस :–

मुल्हेनची इंग्लंडविषयक सूचना ताबडतोब मान्य करा. तुमच्या मागण्यांचा अर्थच मला अद्यापि कळत नाही. माझ्या पत्राला तुम्ही अवाक्षरानंसुद्धा उत्तर पाठविलं नाही. 'मासेस अँड मॅन' विषयी नव्या अटी कळवा. तुमचा प्रतिनिधी इथं माझ्या भेटीला येऊ शकेल काय?

टोलर

११

(तुरुंगावरल्या अधिकाऱ्याने ही तार अडवून ठेवली. ती सांकेतिक लिपीत लिहिली गेली असावी, असा त्याला संशय आला होता. त्याच्याविरुद्ध टोलरने सरकारी वकिलाकडे तक्रार केली. या तक्रारीत त्याने सदरहू तारेविषयी खालीलप्रमाणे खुलासा केला आहे.)

महाशय,

माझी तार सांकेतिक लिपीत लिहिलेली नाही. आपण सर्व जण व्यवहारात ज्या अर्थाने जे शब्द वापरतो, त्याच अर्थाने या तारेतला प्रत्येक शब्द मी लिहिला आहे. तथापि एवढ्याने तुमचे समाधान होणार नाही, म्हणून या बाबतीत आणखी थोडासा खुलासा करतो.

(१) गॅस्टॉव किपेन हॉर, पॉट्सडॅम् हे गृहस्थ एका सुप्रसिद्ध प्रकाशन संस्थेचे चालक असून माझ्या पुस्तकांचे प्रकाशक आहेत.

(२) 'मुल्हेनची इंग्लंडविषयक सूचना' या शब्दांचा संबंध माझ्या 'ट्रान्स्फिग्युरेशन' या नाटकाच्या भाषांतराशी आहे. हरमीनिया मुल्हेन या बाई माझ्या सदरहू नाटकाचा सध्या इंग्रजीत अनुवाद करीत आहेत. तुमची खातरी व्हावी म्हणून यासंबंधीचे एक पत्र सोबत पाठवीत आहे. ते कृपा करून परत करावे.

(३) 'मासेस अँड मॅन' हे सेन्सॉरने मंजूर केलेल्या माझ्या एका नवीन नाटकाचे नाव आहे. 'किपेन हॉर' या प्रकाशकांच्या संस्थेमार्फत ते लवकरच प्रकाशित होत आहे. तारेतला सर्व मजकूर पुस्तक प्रकाशनाविषयीच आहे. त्यात गुप्त राजकीय अर्थ मुळीच नाही.

१२

(हे पत्र टोलरने अंध कवी ॲडॉल्फ व्हॉन हॅजफेल्ड याला उद्देशून लिहिले आहे.)

प्रिय कविराज,

माझं मन अनेकदा तुमच्या आठवणीत गुंग होऊन जातं. अशा वेळी माझी स्थिती पिंजऱ्यातल्या पाखरासारखी होते. निराशेनं त्या पिंजऱ्याच्या गजावर मी माझे पंख आपटीत बसतो, पण पाखराचे पंख गळून पडले, तरी लोखंडी गज कधी तसूभरही वाकत नाही, हे काय तुम्हांकला सांगायला हवं?

मग मी तुमचा काव्यसंग्रह उघडतो आणि त्यातल्या कविता वाचू

लागतो. हळूहळू माझं मन शांत होऊन जातं. मला पकडून तुरुंगात आणून ठेवल्यानंतर तुम्हीच मला पहिल्यांदा भेटायला आलात. किती विलक्षण योगायोग होता तो! त्या वेळी मृत्यूच्या भीषण छायेनं माझं मन अगदी झाकळून टाकलं होतं. या जगात आपले फार थोडे दिवस उरले आहेत, शूर लेव्हिनप्रमाणे एक दिवस आपलाही खून होईल आणि आपल्याला तडकाफडकी परलोकाचा रस्ता धरावा लागेल, अशी तेव्हा माझी खातरी होऊन चुकली होती.

अशा प्रक्षुब्ध मन:स्थितीत मी असताना तुम्ही माझ्या कोठडीत आला. माझं मन एकदम प्रशांत झालं. गेली कित्येक वर्षे आपली सुखदु:खं आणि आपल्या आशाआकांक्षा एकरूप होत आल्या होत्या. त्यामुळे तुरुंगातल्या कोठडीत तुम्हांला ज्या निराशेच्या अंधारात चाचपडावे लागले असेल आणि ज्या दिव्य आनंदाचा साक्षात्कार झाला असेल, त्या दोन्हीचीही इतरांच्यापेक्षा मला अधिक यथार्थ कल्पना करता आली, तर त्यात नवल कसलं?

आपण पूर्णपणे स्वतंत्र आहो असे मानणाऱ्या लोकांपेक्षा आपला जीवनक्रम फार निराळा आहे काय? छे! त्यांच्यात आणि आपल्यात अंतर असलंच, तर ते फार थोडं आहे. कुठंही पाहिलं तरी आज सर्वत्र गोंधळाचंच राज्य आहे, असं आपल्याला दिसून येईल. मनात, जनात, जिथे जाल, तिथे धुके पसरले आहे. दररोज सकाळी अंथरुणावरून उठताना आणि संध्याकाळी विश्रांतीकरिता पुन्हा त्याच्यावर अंग टाकताना आपल्या मनातल्या अनिश्चितपणावर कसाबसा विजय मिळवूनच आपण कामाला लागतो आणि कुठलेही काम करताना जरी आपण त्यात रंगून गेलो, तरी थोड्या वेळाने त्या कामाचा कंटाळा येऊन आपण ते अर्धवट सोडून देणार नाही, म्हणून तरी कुणी सांगावं? आपण सारे वावटळीत सापडलो आहो. आंधळेपणाने गरगर फिरत आहो.

तुरुंगाबाहेर माझा आयुष्यक्रम अधिक शांत आणि कार्यक्षम होईल, अशी मला खातरी वाटते. पण इथं – चार भिंतींच्या या प्रचंड पिंजऱ्यात ते कसं शक्य आहे? इथं माझ्याभोवती छळले गेलेले, पिळले गेलेले, अगणित गरीब जीव पावलोपावली मला दिसतात! आयुष्यातल्या कडू अनुभवांनी ते विलक्षण अश्रद्ध होऊन गेले आहेत. वर्षानुवर्ष या टीचभर खुराड्यात त्यांना मेंढराप्रमाणे कोंडून ठेवण्यात आलं आहे. त्यांच्या अंत:करणातून रक्त गळत आहे. एखाद्या जीर्ण वस्त्राप्रमाणे त्यांची शरीरे क्षणाक्षणाला कणाकणांनी झिजून जात आहेत.

अशा स्थितीतही मोठमोठी माणसं सुंदर देणग्या घेऊन इथं माझ्या भेटीला येतात. एश्चिलस, सोफोक्लस, एकहार्ट, शेले, मिल्टन, गटे अशी बडीबडी

माणसं आहेत ती!

मनुष्यानं मनुष्याला कितीही दरिद्री करण्याचा प्रयत्न केला, तरी तो विफल झाल्याशिवाय राहत नाही. कारण माणसाची संपन्नता त्याच्या आत्म्याच्या विकासावर अवलंबून असते. जीवनातलं चिरंतन सौंदर्य आपल्या अंतरंगातूनच निर्माण होत असतं.

१३

प्रिय महाशय,

माझ्या 'ट्रान्स्फिग्युरेशन' या नाटकातल्या एका उक्तीचं ब्रीदवाक्य म्हणून आपल्या पुस्तकात उपयोग करून तुम्ही जो माझा सन्मान केला आहे, त्याबद्दल मी तुमचा आभारी आहे. लष्करशाहीच्या काळनृत्याचं तुम्ही जे भीषण चित्रण केलं आहे, त्यातली उत्कटता आणि वास्तवता यांनी माझं हृदय अगदी हलवून सोडलं. सहकारी म्हणून मी तुमच्याशी मन:पूर्वक हस्तांदोलन करतो. माझी ही स्नेहाची भावना तुम्हांला पटेल अशी मला आशा आहे. एकाच ध्येयाकडे निघालेले आपण सहप्रवासी आहोत. नाही का? तुम्ही व मी निरनिराळ्या पक्षांचे असलो, तरी त्या भेदाला माझ्या दृष्टीनं मुळीच महत्त्व नाही. पक्ष ही मनुष्याने आपल्या कृतींना व्यावहारिक दृष्टीने घातलेली मर्यादा असते. एक प्रकारचे कुंपणच असते ते! पण दोन माणसांचे परस्पर संबंध कसे असावेत, हे ठरविण्याचा अधिकार कोणत्याही पक्षाला नाही. ज्यांची मने एका दिशेने धाव घेतात, ज्यांना एकमेकांच्या आत्म्याची सहज ओळख पटते; ते भिन्न पक्षांचे असले म्हणून काय झाले? त्यांचीच मैत्री चिरकाल टिकू शकेल.

१४

प्रिय हार्टिंग,

माझ्या 'हिंकमॅन' या नाटकाच्या प्रयोगाचे तुम्ही पाठविलेले फोटो पोचले. फारफार आभारी आहे मी तुमचा! ते पाहून मला काय वाटलं ते कसं सांगू? पण सांगतोच. ते पाहून मी दचकलो. माझ्या नाटकातल्या दृश्यांची छायाचित्रं पाहून नेहमीच माझी अशी स्थिती होते. हे नाटक थेटरात शेवटपर्यंत मी पाहू शकेन, असं मला वाटत नाही. त्यातली ती माणसं – त्यांचे ते चेहरे – एखाद्या गोष्टीची मनात कल्पना करणे निराळे आणि ती प्रत्यक्ष रंगभूमीवर पाहणे निराळे.

१५

प्रिय टेसा,

माझे तिसावे वर्ष आज संपले. तुझ्याकडून वाढदिवसानिमित्त तुरुंगात होणारं हे माझं शेवटचंच अभिनंदन आहे. या चार भिंतींच्या पिंजऱ्यात मनुष्य किती चिडखोर होतो, सुटकेसाठी तो कसा आसावून जातो, जिथं आपल्याला स्वातंत्र्य मिळेल अशा ठिकाणी सर्व व्यापातापातून मुक्त होऊन अगदी एकटे जाऊन राहण्याची इच्छा त्याच्या मनात कशी बळावते, हे सारे तुला जाणता आलं असतं, तर फार बरं झालं असतं! तुरुंगात डांबलेल्या जिवाच्या कुठल्याही जखमेवर कुणी बोट ठेवलं की स्पर्श होताच गोगलगाय जशी अंग चोरते, त्याप्रमाणं तो बिचारा आपल्या इवल्याशा बिळात जाऊन लपतो. त्याचा एकलकोंडेपणा हे जगाचा कसलाही संपर्क नसलेले एक बेटच असते म्हणेनास! या एकांतवासात पशू, पक्षी, माणसं, किंबहुना सारं चराचर जग यांच्याशी प्रेमानं एकरूप व्हायला तो शिकत असतो.

मला पुढच्या आयुष्यातल्या संकटांची मुळीच भीती वाटत नाही. मात्र सद्हेतूनं का होईना, मी येथून सुटल्यावर माझे संरक्षक म्हणून जी अनेक माणसं डोळ्यात तेल घालून माझ्यावर पहारा करू लागतील, त्यांच्या प्रेमळ नजरेची मला भीती वाटते. त्यांच्या प्रेमाविषयी मला शंका नाही, पण कितीही प्रेमळ झाला, तरी पहारेकरी तो पहारेकरीच!

तुरुंगातून सुटका होताच बाहेर चालू असलेल्या गोंधळात आणि गडबडीत मी स्वत:ला गुंतवून घेतल्याशिवाय राहणार नाही, असे तुला पुन:पुन्हा वाटत असल्याचं तुझ्या पत्रावरून दिसतं. इथून बाहेर पडल्यावर इतरांचे दोष काढून त्यांची हजेरी घेत सुटणं हे काही माझं कर्तव्य होऊ शकत नाही, पण त्याबरोबरच मी कुठलीही क्रमप्राप्त जबाबदारी टाळता कामा नये. आपण जबाबदारी टाळू लागलो म्हणजे इतरांच्यावर असलेलं आपलं वजन हां हां म्हणता नाहीसं होतं.

माझं कर्तव्य मला केलंच पाहिजे. एखाद्या संघटनेत सहकारी म्हणून इतरांबरोबर काम करणाऱ्या मनुष्याला नेहमीच त्वरित निर्णय घ्यावा लागतो. जर तर हे शब्द त्याच्या कोशात असू शकत नाहीत. आजची गोष्ट त्याला उद्यावर टाकता येत नाही आणि इतक्या टिप्परघाईत त्याला जो मार्ग निश्चित करावा लागतो, तो तरी काय तो उघड्या डोळ्यांनी पाहू शकतो म्हणतेस? छे! अनेकदा त्याच्या डोळ्यांवर एक पट्टी बांधलेली असते. ती काही केल्या त्याला दूर करता येत नाही.

पण असं असूनही तडकाफडकी आवश्यक निर्णय घेणं हे त्याचं कर्तव्यच आहे. आपण अन्यायाला न हटकता पुढे जाऊ दिलं म्हणून काही त्याचे क्रूर अत्याचार थांबत नाहीत. आपण वाईटाच्या वाटेला गेलो नाही म्हणून त्याचं कधी चांगल्यात रूपांतर होणं शक्य आहे का? छे? आजच्या जगात सज्जनांचा दुबळेपणा हे दुर्जनांच्या हातातलं सर्वांत मोठं शस्त्र आहे.

अलीकडे माणसं अधिक संतापी होत चालली आहेत काय असा खोचदार प्रश्न तू मला विचारला आहेस. पण टेसा, एक गोष्ट लक्षात ठेव. केवळ गमतीसाठी कुणी डोक्यात राख घालून घेत नाही. अगदी नाइलाज होतो तेव्हाच मनुष्याच्या अंत:करणातल्या ज्वालामुखीचा स्फोट होतो. क्रोध हा कलात्मक सौंदर्याचा शत्रू असेल, पण तेवढ्यासाठी ज्यांना आपली दु:खं प्रकट करण्याचं कुठलंच साधन दुर्दैवाने उपलब्ध नाही, अशा माणसांविषयी आपण मौनव्रत धारण करणं हा एक प्रकारचा गुन्हाच नाही काय?

१६

प्रिय मेअर,

आपल्या जागांची अदलाबदल झाली, तर मोठी बहार होईल, असे तुम्ही आपल्या पत्रात लिहिलं आहे. तुरुंगवासाविषयीची तुमची ही आतुरता पाहून मला हसू येतं. माणसानं दैवाला कधीही असं आव्हान देऊ नये. माझ्या जागी तुरुंगात येऊन बसणं म्हणजे चिंतनशील जीवनाचा अपूर्व अनुभव घेणं अशी तुमची समजूत झालेली दिसते, पण अनेक गोष्टी केवळ कल्पनासृष्टीतच सुंदर दिसतात, हे विसरू नका. एकदा तुम्ही तुरुंगात पाऊल टाकलंत की हां हां म्हणता तुमचं मन इथं गुदमरून जाईल. तुम्हांला इथल्या कंटाळवाण्या जीवनाची ओकारी येईल.

तुरुंगवासात जी शेकडो शारीरिक दु:खं भोगावी लागतात, ती लक्षात आणून मी हे लिहीत नाही. माझी तक्रार आहे ती आत्म्याच्या उपासमारीविषयी! आपल्या प्रवासविषयक दैनंदिनीत केसरलिंग लिहितो ते किती खरं आहे! तो म्हणतो, "आपल्या आत्म्याचा जर खरोखरीच विकास व्हायचा असेल, त्यानं पंख पसरून उंच भराऱ्या माराव्यात अशी जर आपली प्रामाणिक इच्छा असेल; तर विविध व खोल अनुभूतींनीच त्याचं पोषण झालं पाहिजे. कुणाचीही प्रतिभा केवळ वैयक्तिक अनुभवातून फार वेळ कलानिर्मिती करू शकत नाही. स्वत:च्या विचारापलीकडे पाऊल न टाकणारा मनुष्य लवकरच

खुरटतो. व्यक्तीच्या विवेकबुद्धीचा विकाससुद्धा बाह्य अनुभवांनीच होतो. कुणाच्याही बुद्धीच्याभोवती तिच्या स्वत:च्या निर्मितीचा पसारा पडला म्हणजे मधात पडलेल्या माशीसारखी तिची स्थिती होते. व्यक्तीचं जग कितीही मोठं असू दे, त्या जगात स्वत:ला कोंडून घेणाऱ्या माणसाची प्रतिभा हळूहळू शुष्क होत जाते. आत्मकेंद्रित होऊन जगणाऱ्या मनुष्याचा आत्मा संपन्न आणि सतेज होण्याऐवजी दरिद्री आणि निस्तेज होत जातो. त्याचे प्रथम लहानसहान वाटणारे दोष सवयीने मोठे होऊन त्याचे सर्व सत्त्व खाऊन टाकतात.''

तुरुंगातलं चिंतनशील जीवन असं आहे. कळलं का महाराज? अजूनही आपण एकमेकांच्या जागांची अदलाबदल करावी, असं तुम्हांला वाटतं काय?

१७

प्रिय,

आज महायुद्ध सुरू होऊन बरोबर दहा वर्षे झाली.

ते भीषण युद्ध ज्या दिवशी सुरू झालं – कामगारवर्गाच्या दृष्टीनं तो मोठा शरमेचा दिवस आहे.

त्या दिवशी युरोपमधल्या प्रत्येक देशांत आंतरराष्ट्रीयतेची पवित्र मूर्ती बेदिक्कत पायदळी तुडविण्यात आली. देशभक्तीच्या नावाखाली हा अक्षम्य गुन्हा पवित्र मानण्यात आला. याच दिवशी मित्र मित्राविरुद्ध हत्यार उपसून रणांगणावर उभा राहिला. एका सबंध पिढीनं आत्मघात करून घेतला!

त्या महायुद्धाचा हा दहावा वाढदिवस – युद्धाचा वाढदिवस ही कल्पनाच किती भयंकर आहे! ज्याचा आम्ही अभिमान बाळगावा, असं त्या लढायांच्या स्मृतीत काय आहे?

निरपराध मानवी रक्ताचे ते पाट – त्यांची आठवण झाली, की अजून अंगावर शहारे येतात. या पृथ्वीवर पुन्हा निष्पाप रक्त वाहू नये, म्हणून या दहा वर्षांत आपण काय केलं आहे? जगाला पुन्हा कसाईखान्याचे स्वरूप येऊ नये म्हणून या काळात कामगारवर्गाने आपली शिकस्त करायला हवी होती – युद्धाच्या राक्षसी पुराला अडविण्याकरिता उंच उंच भिंती उभारायला हव्या होत्या.

पण–

व्हर्सायलसला निर्माण झालेल्या राष्ट्रसंघाच्या अंगी शांतता प्रस्थापित करण्याची शक्ती आहे, हे आता एखाद्या पोरालासुद्धा खरं वाटणार नाही. भांडवलशाहीचा अनिर्बंध पुरस्कार करणारी राज्ययंत्रे जगात चिरंतन शांती निर्माण करू शकतील, या गोष्टीवर वेड्याचासुद्धा विश्वास बसणार नाही.

१८

प्रिय टेसा,

मी माझ्या कोठडीतल्या लोखंडी गजापाशी उभा आहे. आणखी पाच दिवसांनी हे गज माझ्या दृष्टीला पडणार नाहीत हे अजून काही केल्या खरंच वाटत नाही मला! माझ्या भावना तरल झाल्या आहेत. रक्तातला कण आणि कण उत्कंठेने वेडावून गेला आहे.

तुरुंगातून बाहेर पडल्यावर मला काय दिसेल? माझे सर्व स्नेहीसोबती पूर्वीच्याच स्वरूपात माझ्या दृष्टीला पडतील का? का त्यांचं स्वरूप मला न ओळखण्याइतकं पालटलं आहे?

टेसा, तू कोण आहेस? मी कोण आहे? आपल्या दोघांच्या जीवनाचा अर्थ काय आहे? असे किती किती प्रश्न माझ्या मनात गोंधळ उडवून देत आहेत!

बाहेर असंख्य लोक सहानुभूतीनं, स्नेहभावानं आणि प्रेमानं माझी वाट पाहत आहेत, हे मला कळतं. मला आलेली शेकडो पत्रं त्यांच्या या सुहृद्भावाची साक्ष मला देत आहेत.

पण राहून राहून एक शंका मला व्याकूळ करते. त्यांची सहानुभूती, त्यांचा स्नेह-भाव, त्यांचे प्रेम या सर्वांचा उगम वैयक्तिक आहे की त्यांना माझ्याविषयी वाटणारं प्रेम निरपेक्ष आहे? का त्यांनी कल्पनेने माझी एक दिव्य मूर्ती घडविली आहे आणि ते त्या मूर्तीची पूजा करायला उत्सुक झाले आहेत? माझा पहिला स्पर्श होताच ही देवाची मूर्ती नाही, हा माणूस आहे, अशी खातरी होऊन माझ्याकडे पाठ फिरविणारी माणसे या लोकांत किती असतील?

आणि ज्यांच्या भेटीगाठीची मी उत्सुकतेने वाट पाहत आहे, त्या बाहेरच्या माणसांच्या अशाच काल्पनिक मूर्ती मी तरी कशावरून तयार करून ठेवल्या नसतील? उद्या प्रत्यक्ष दिसणारी माणसं त्या मूर्तीइतकी सुंदर वाटली नाहीत, तर माझ्याही मनाचा विरस होईल! नाही?

१९

प्रिय,

आता या दीर्घ तुरुंगवासातले फक्त सहा महिने शिल्लक राहिले, या कल्पनेनं माझं मन कसं प्रफुल्लित होऊन जातं! पण माझ्या मनाचा हा आनंद क्षणभरच टिकतो. दुसऱ्याच क्षणी त्याचा उल्हास मावळतो; ते कोमेजू लागतं. जसजसं माझं स्वातंत्र्य जवळ येत आहे, तसतसं माझं अंत:करण माझ्या इथल्या सोबत्यांविषयीच्या विचारांनी भारावून जात आहे. सहा महिन्यांनी मी स्वतंत्र होईन, पण माझे मित्र? ते इथंच तुरुंगात खितपत पडणार आहेत! ते तुरुंगात असेपर्यंत आपण आपलं कर्तव्य पार पाडलं नाही, ही जाणीव मला नेहमीच जाचत राहील.

आपल्या आनंदात दुसऱ्याचं दु:ख कालवून त्याचा विरस करून घेण्याच्या माझ्या या वृत्तीला तुम्ही कदाचित हसाल, पण खरं सांगू? आजचा काळच असा आहे की, त्यात कुठल्याही व्यक्तीला निर्वेधपणानं आनंदाचा उपभोग घेणं अशक्य आहे. आपल्याभोवती ज्या भयंकर गोष्टी घडत आहेत, त्यांचे परिणाम – आपली इच्छा असो वा नसो – आपल्याला भोगलेच पाहिजेत. आपण गुन्हेगार नसलो, तरी शिक्षेचे भागीदार होण्याशिवाय दुसरी गतीच नाही आपल्याला!

गेल्या दहा वर्षांतले माझे सारे अनुभव काय वैयक्तिक होते? छे! ते भोग आपणा सर्वांचेच आहेत. उद्या मी तुरुंगातून सुटल्यावर मला जे अनुभव येतील, तेही काही केवळ एका व्यक्तीचे नाहीत!

निर्वेध व्यक्तिजीवन मग ते इष्ट असो वा अनिष्ट असो, एखाद्याला प्रिय असो वा नसो – यापुढे सर्वथैव अशक्य आहे. प्रत्येक मनुष्य कळत नकळत सामाजिक होत आहे. परिस्थितीचे चक्र त्याच्या जीवनाला सामाजिक आकार देत आहे.

२०

प्रिय,

मी स्वत:ला कुठल्याही पक्षाचा अनुयायी म्हणवून घ्यायला तयार नाही. तुरुंगात असतानाच खूप विचार करून मी मनाशी हा निर्णय घेतला होता. तो जाहीर करावा की नाही, या विचारात मी फार दिवस होतो. आज तो प्रकट करताना माझ्या मनाला कसं हलकं वाटत आहे!

माझी भूमिका साहित्यिकाची आहे, राजकीय पुढाऱ्याची नाही. माझे लेखन

वाचणाऱ्या प्रत्येक वाचकाला उद्देशून मी लिहीत असतो. त्या वाचकाचा पक्ष कोणताही असो! मला त्याची पर्वा नाही. तात्पुरत्या लोकप्रिय घोषणेपेक्षा जीवनावर प्रकाश टाकणारा प्रामाणिक विचार किंवा मूलगामी कल्पना ही मला अधिक महत्त्वाची वाटतात. कुणी कुठल्या पक्षाचा बिल्ला लटकावला आहे, यापेक्षा मनुष्य या नात्यानं त्याची लायकी काय आहे, या गोष्टीला मी अधिक किंमत देतो.

२१

प्रिय इवाइग,

स्वातंत्र्याचे सुख मनमुराद उपभोगणाऱ्या एखाद्या मनुष्याने कारागृहातल्या कैद्याच्या सुदैवाची स्तुती करावी हे प्रथमदर्शनी मोठे चमत्कारिक दिसते. त्याने असे काही तरी बोलणे हे नुसते साहसच नाही, तर तो महामूर्खपणा आहे असे वाटते. माझे मत मात्र निराळे आहे. मला हा वेडेपणा वाटत नाही. शृंखलांनी बद्ध झालेल्या मनुष्याने परिस्थितीवर मात करून आत्मविकासाच्या तिचा कामी उपयोग करून घ्यावा या इच्छेने प्रेरित होऊनच असले उद्‌गार बोलणाराच्या तोंडून निघत असतात! नाही का? कारागृह ही जीवनविकासाची प्रयोगशाळा आहे असे जो मानतो, आपली अपूर्णता नाहीशी करण्याइतकी आत्मशक्ती ज्याच्यापाशी तुरुंगातही आहे अशी आपली श्रद्धा असते, त्याच्याशीच आपण अशा रीतीने बोलू शकतो.

मला वाटते, माझ्यामध्ये अशी शक्ती आहे– छे! नुसती आहे काय म्हणायचे? ती प्रत्यही वाढत आहे. परवाच मी हर टालला काय उत्तर पाठविले ते सांगतो. जर्मनीतल्या बड्या-बड्या प्रतिष्ठित लोकांच्या साहाय्याने माझी सुटका करून घेण्याविषयी तो बिचारा किती अधीर नि आतुर झाला आहे, पण मी त्याला लिहिले, "तुमच्या सहानुभूतीने मला फार फार बरे वाटते, पण माझ्या सुटकेची तुमची योजना मात्र मला मुळीच पसंत नाही." टालला अशी भीती वाटते की, कारागृहात माझी प्रतिभा कायमची कोमेजून – कोळपून जाईल. क्षणभर मला हसू येते त्याच्या या भीतीचे. आपण मोठ्या विचित्र काळात राहत आहो. आपल्याभोवती संशयात्म्यांचा गराडा पडला आहे. 'असे व्हावे' आणि 'तसे असावे' असली पोपटपंची करणारे बोलघेवडे, कर्तव्य म्हणून अमुक गोष्ट या घटकेला केलीच पाहिजे याची जाणीव नसलेले बडबडे, कुठल्याही प्रश्नाचे 'होय' किंवा 'नाही' असे ठासून उत्तर देण्याचे धैर्य ज्यांच्या अंगात नाही असे

व्यवहारवादी – यांचीच आमच्या जगात गर्दी झाली आहे. या दुबळ्यांच्या हातून कसली क्रांती होणार? आता अशी वेळ आली आहे की, माणसांनी अगदी स्वेच्छेने, भक्तीने आणि निर्भय वृत्तीने आपण ज्या तत्त्वांचा पुरस्कार करतो ती केवळ बोलण्याकरिता नाहीत तर आचरण्याकरिता आहेत, पावलोपावली जीवनात आणण्याकरिता आहेत हे ओळखले पाहिजे. विचार, उच्चार आणि आचार यांच्या एकरूपतेची आवश्यकता आपणाला पुरेपूर पटली पाहिजे. जीवनाचे साफल्य केवळ त्याची चित्रे रंगविण्यात आहे, हा जुना संकुचित विचार आपण सोडून दिला पाहिजे.

तुरुंगवासाचा सहसा मला त्रास होत नाही. तो काही चुकून माझ्या वाट्याला आलेला नाही. हा भोग नाही, हे भाग्य आहे, असेच मी मानतो. मी लहानपणापासून जी स्वप्ने पाहत आलो, त्यातूनच हे बंधन निर्माण झाले आहे. त्यामुळे तुरुंगातून बाहेर पडताना माझ्या मनोवृत्तीत अश्रद्धा, तिरस्कार, कडवटपणा किंवा माणूसघाणेपणा यांचा लवलेशसुद्धा दिसणार नाही अशी माझी खातरी आहे.

प्रिय झ्वाइग, मानवतेच्या मंगल मूर्तीचे पावित्र्य दूषित करणाऱ्या जगातल्या साऱ्या राक्षसांविरुद्ध जिवावर उदार होऊन लढणाऱ्या सैनिकांपैकी मी एक आहे. त्या मूर्तीची आज किती भयंकर विटंबना केली जात आहे याची बाहेरच्या जगाला कल्पनाही नाही. पण तुम्हांला माझा हा मानवतेचा कैवार किती रास्त आहे हे सहज कळू शकेल. जगात फार थोड्या – अगदी मूठभर – लोकांनाच आपली जबाबदारी जाणवते आणि म्हणूनच ज्यांची विनम्र मस्तकाने पूजा करावी अशा गोष्टी आजच्या जगात उद्धटपणाने पायदळी तुडविल्या जातात. जाऊ द्या – या प्रश्नाची सविस्तर चर्चा करण्याकरिता काही हे पत्र लिहीत नाही मी तुम्हांला!

रोमा रोलँविषयीचे तुमचे उद्‌गार अत्यंत सार्थ आहेत. ''रोलाँ मानवजातीवर प्रेम करतात ते तिच्यावरल्या श्रद्धेपेक्षा तिच्याविषयी वाटणाऱ्या करुणेमुळेच!'' किती खरे आहे हे! मला वाटते, प्रसन्न आणि चिरंतन प्रीती अशीच असते– तिचा उगम अपेक्षेपेक्षा करुणेतच असतो.

या जगात श्रद्धा किंवा अपेक्षा यांच्यावर वारंवार निराश होण्याचा प्रसंग येतो; आणि मग माणसाला नकळत त्याच्या ढासळलेल्या श्रद्धेची जागा शत्रुत्वाची भावना, जगाविषयीचा कडवटपणा आणि मानवजातीचा तिरस्कार या गोष्टी हळूहळू घेऊ लागतात. पण मानवजातीवरल्या श्रद्धेचा प्रश्न ज्यांना मुळीच महत्त्वाचा वाटत नाही अशा तिच्याकरिता लढणाऱ्या सैनिकांचे एक चित्र माझ्या डोळ्यांपुढे नेहमी उभे राहते. ते एका कल्पनेने प्ररित होऊन लढत असतात – ती कल्पना म्हणजे आत्मविकासाकरिता सामाजिक सहकार्य ही होय. हे सहकार्य करीत राहणे (हे सहकार्य हाच आर्थिकदृष्ट्या समाजवादाचा महत्त्वाचा भाग

आहे) म्हणजेच नवीन सामुदायिक जीवनाची उभारणी करून सध्याची सामाजिक बेबंदशाही नाहीशी करणे होय. काही कट्टर समाजवादी समजतात तशी जीवनातील गूढ, बुद्धिनिष्ठ नसलेली प्रेरणा या पद्धतीत सर्वस्वी विवेकाच्या भूमिकेवर येईल असे मात्र मुळीच नाही. पण तिच्या आजच्या स्वैर संचाराला निश्चित मर्यादा पडेल. ती प्रेरणा परत आपल्या जागी जाऊन तिथल्या गूढ वलयात स्वत:ला गुरफटून घेईल आणि स्वस्थ बसेल.

अशा प्रकारचा सैनिक होणे – नवे जग निर्माण करण्याकरिता आपले शौर्य प्रकट करणे – हाच आजच्या युरोपातल्या मनुष्याचा भाग्यलेख आहे. पण –
पण तो त्याला वाचता येईल का?

२२

प्रिय,

चारलॉटी स्टिग्लिझची तुम्हांला आठवण आहे काय? ती एका कवीची पत्नी होती. आपल्या नवऱ्याच्या आळशी आणि निष्क्रिय स्वभावाचे तिला फार दु:ख होई. अंगी चांगली कवित्वशक्ती असूनही तो तिचा सहसा उपयोग करीत नसे. त्याने असे जडभरतासारखे वागू नये, असं तिला राहून-राहून वाटे. त्याच्या मनाला कसला तरी मोठा धक्का बसल्याशिवाय त्याचे डोळे उघडणार नाहीत, या कल्पनेनं तिनं शेवटी काय केलं ठाऊक आहे? तिनं आत्महत्या केली! त्याचा आत्मा जागृत करण्याकरिता तिनं काळनिद्रेचा आश्रय घेतला.

आपल्या दररोजच्या आयुष्यक्रमात लहानसहान त्यागाची असंख्य उदाहरणं आढळतात. असल्या प्रसंगाभोवती मृत्यूचं अद्भुत वलय नसतं किंवा नाटकं- कादंबऱ्यातली मधुर कल्पनारम्यताही त्यात आढळत नाही! पण दैनंदिन जीवनातल्या या लहानसहान प्रसंगांचंच मला अधिक महत्त्व वाटतं. या मूक त्यागाला प्रसिद्धीची अपेक्षा असत नाही. म्हणूनच ज्याचा गाजावाजा केला जातो, अशा त्यागापेक्षा तो मला अनंतपटींनी रम्य आणि श्रेष्ठ वाटतो.

खरोखर ज्याच्यावर आपलं प्रेम आहे, त्याच्याकरिता मरणं तितकंसं कठीण नाही. मात्र आपल्याला प्रिय असलेल्या व्यक्तीकरिता जगणं-दैवानं पुढे केलेला विषाचा प्याला हसत-हसत पिऊन प्रिय जनाकरिता जगणं हे नि:संशय अधिक अवघड आहे.

इथं तुरुंगात आम्ही जवळजवळ शंभर कैदी आहोत. प्रत्येक जणाला इथं येऊन महिनेच्या महिने झाले आहेत. त्यामुळे स्त्रीच्या सहवासाने निर्माण होणाऱ्या

सुखाचा अभाव सर्वांना तीव्रतेने जाणवत आहे. इथं दोघे सहज गप्पा मारू लागले, तरी त्या गप्पांचा ओघ शेवटी एकाच विषयाकडे वळतो. तो विषय म्हणजे स्त्री!

आमच्या तुरुंगाच्या भिंती इतक्या उंच आहेत की, पलीकडच्या जगातलं चिटपाखरूसुद्धा आमच्या दृष्टीला पडत नाही – बाहेरच्या झाडाचं एखादं हिरवं पानसुद्धा हालताना कधी आम्हांला दिसत नाही. या भिंतीच्या आत एक लहान झोपडी आहे. ती धुण्याची जागा आहे, असे आम्ही पूर्वी केव्हातरी ऐकलं होतं, पण ती बहुधा बंद असल्यामुळे तिचा उपयोग कुणी करीत नाही अशी आमची समजूत झाली होती.

एके दिवशी त्या झोपडीच्या खिडक्या उघड्या आहेत, असं आमच्यापैकी कुणाला तरी दिसलं. आम्ही उत्सुकतेने पाहू लागलो. आत दोन स्त्रिया उभ्या होत्या. त्या दोघींपैकी एक झोपडीत राहिली आणि दुसरी दाराला कुलूप लावून निघून गेली. लगेच त्या दोघींची खडान् खडा माहिती आम्ही मिळविली. ती कुलूप लावून गेलेली बाई वॉर्डर होती. अर्थातच आतली स्त्री कैदी होती. तिची लवकरच तुरुंगातून सुटका व्हायची होती म्हणे. बालहत्येबद्दल तिला आठ वर्षांची सजा झाली होती, असं आम्हांला कळलं. त्यापैकी पाच वर्षं तिनं भोगली होती आणि उरलेल्या शिक्षेची माफी तिला लवकरच मिळणार होती.

या तरुण मुलीशी आम्ही कोणकोणत्या युक्त्याप्रयुक्त्यांनी पत्रव्यवहार सुरू केला हे तुला सांगू लागलो तर – छे! फार गुंतागुंतीचं प्रकरण आहे ते! पहिल्यापहिल्यांदा आम्ही तिला जी पत्रं पाठवीत होतो, तो अगदी साधीसुधी होती. खेळकरपणाखेरीज त्यात दुसरी कोणतीच भावना नव्हती, पण लवकरच हा रंग पालटला. आमच्या पत्रातून उत्कट प्रेमाचे आणि अतृप्त भावनांचे प्रतिध्वनी उमटू लागले. स्त्रीसहवासाला मुकलेल्या, त्याच्या अभावाने व्याकूळलेल्या आणि वेडावलेल्या बंदिखान्यातल्या पुरुषांचे उद्गार होते ते! चार भिंतीच्या चौकटीत ठोकून बसविलेल्या आमच्या रूक्ष आयुष्यक्रमात जी स्वप्नं आम्ही पाहत होतो आणि जी मनोराज्यं आम्ही करीत होतो, त्यातल्या साऱ्या काव्याचा आविष्कार त्या तरुणीला उद्देशून लिहिलेल्या आमच्या पत्रातून होत होता.

एके दिवशी सकाळी तिनं आम्हांला खुणेने एक संकेत कळविला. एका ठरल्या वेळी आम्ही सर्वांनी खिडकीपाशी उभं राहावं, अशी ती सूचना होती.

आणि मग जे घडलं –

छे! त्याचं वर्णन करण्याचं सामर्थ्य माझ्या लेखणीत नाही.

त्या ठरलेल्या वेळी ती तरुणी विवस्त्र होऊन त्या झोपडीच्या खिडकीपाशी उभी राहिली होती. ती तत्काळ पकडली गेली!

पुन्हा केव्हाही ती आमच्या दृष्टीला पडली नाही! मात्र तिला जी तीन वर्षांची

सूट मिळणार होती, ती या गुन्ह्यामुळे रद्द झाली, एवढं आम्हांला पुढे कळलं.

दुसऱ्या कोणत्याही स्त्रीच्या कुठल्याही कृतीनं माझ्या मनाला इतका चटका लावलेला नाही. तिच्या त्या क्षणिक आणि लोकविलक्षण वर्तनानं माझं अंत:करण अगदी तळापासून ढवळून काढलं. तुरुंगात खितपत पडलेल्या अनेक पुरुषांना सुखाचा एक क्षण लाभावा म्हणून त्या दुर्दैवी पण प्रेमळ मुलीने मुकाट्याने आपली शिक्षा तीन वर्षे वाढवून घेतली. सुख देण्याची तिची ही कल्पना सर्वांनाच रुचेल असं नाही. कित्येकांना ती बीभत्सही वाटेल! पण त्या विचित्र कल्पनेमागची कोमल मानवी भावना – तिला प्रेरणा देणारी उत्कट त्यागवृत्ती – दुसऱ्याच्या क्षणिक सुखावरून आपले आयुष्य ओवाळून टाकण्याची तिची अनुपम शक्ती – या साऱ्या गोष्टी मला हृदयस्पर्शी वाटतात.

हा विचित्र अनुभव एखाद्या लोककथेच्या द्वारे व्यक्त करावा, असा विचार अनेकदा माझ्या मनात येऊन गेला आहे. पण का कुणाला ठाऊक, ती लघुकथा अजून माझ्या हातून लिहून झाली नाही. माझ्या या बुजरेपणाचं कारण माझ्या कलेची अपूर्णता हेच असू शकेल. मागं तुम्हीच एकदा म्हणाला होता, ''जीवनातल्या उदात्त आणि क्षुद्र गोष्टीत फक्त एक सूक्ष्म अशी सीमारेषा असते. त्या रेषेच्या अलीकडे वावरणारा दिव्यत्वाचा स्पर्श पदोपदी जाणवतो. पण माणसानं नकळत ती रेषा ओलांडली, की तो जड, क्षुद्र आणि पार्थिव अशा जगात जाऊन पडतो!''

कलेच्या बाबतीतसुद्धा हे किती सत्य आहे!

२३

महाशय,

कर्ट आयस्नर याच्या खुनाच्या चौकशीच्या वेळी कौंट अर्कोविरुद्ध साक्ष देताना तुम्ही माझ्यावर एक भयंकर आरोप केला आहे. सर्व खऱ्याखुऱ्या गोष्टी ठाऊक असूनही तुम्ही टोलर हा एक निर्लज्ज, भ्याड मनुष्य आहे, असं बिनदिक्कत बोलून गेलात. या खुनाच्या चौकशीची जी हकिगत वृत्तपत्रात प्रसिद्ध झाली आहे, तिच्यात तुमचे हे बेजबाबदार उद्‌गार होते. पण ते चुकीचे आहेत अशी दुरुस्ती करण्याइतका सभ्यपणादेखील तुम्ही दाखवला नाही. तुम्ही जाणूनबुजून माझी नालस्ती केलीत, माझ्या चारित्र्याला काळोखी फासण्याचा प्रयत्न केलात, असा माझा तुमच्यावर दावा आहे.

आपल्या असहाय प्रतिस्पर्ध्यांची निंदा करून कौंट आर्कोच्या गुन्ह्याला सौम्य स्वरूप देण्याचा तुम्हांला काय अधिकार आहे? थोड्या मागच्या गोष्टी

आठवून पाहा म्हणजे तुमच्या पापांची तुम्हांला पुरी पुरी कल्पना येईल. महायुद्धातल्या पराभवामुळे जर्मनी नेस्तनाबूद झाला, तेव्हा तुम्ही काय केलंत? जर्मन विद्यार्थ्यांचे तुम्ही पूज्य गुरू होता. युद्धाच्या भीषण अनुभवांनी ज्यांची मनं भग्न आणि क्षुब्ध होऊन गेली होती, त्या आपल्या प्रिय विद्यार्थ्यांना शांत करण्याचा तुम्ही कधी प्रामाणिक प्रयत्न केलात काय? छे! उलट क्रांती आणि त्या क्रांतीचा पुरस्कार करणारे सरकार यांच्याविरुद्ध त्यांना चिथावणी मिळेल, अशीच भाषणे तुम्ही केलीत. ज्या परिस्थितीत आयस्नरचा खून झाला, ती निर्माण करण्याची सारी जबाबदारी तुमच्यावर आहे. एका दृष्टीने तुम्ही खुनी आहात!

तुम्ही मला निर्लज्ज आणि भ्याड म्हटलंत, तुमच्यासारख्या वैद्यकशास्त्राच्या प्राध्यापकांनी थोडंसं आत्मपरीक्षण करण्याचा आदर्श जर आर्कोपुढे ठेवला असता, तर तुमचे त्याच्यावर फार फार उपकार झाले असते. तुम्ही कर्ट आयस्नरचा द्वेष करीत आहात. वस्तुस्थितीची पुरेपूर माहिती आहे तरी क्रांतिकारकांची बदनामी करीत आहात. या सर्व गोष्टींच्या मुळाशी एकच कारण आहे. तुमचा दलित वर्गाविषयीचा द्वेष! तुम्ही कामकरी क्रांतीचे कट्टर शत्रू आहात.

मी भ्याड आहे, हे तुम्हास ठाऊक होते ना? मग माझ्या तोंडावर तसं बोलण्याचा धीर तुम्हांला का झाला नाही? तीस एप्रिलला आपलं संभाषण झालं होतं ते तुम्हांला आठवतं काय? त्या वेळी तुमचा सूर अगदी निराळा होता. तुम्ही माझी इतकी स्तुती केलीत की, मी संकोचानं अगदी गोंधळून गेलो. ती स्तुतीसुद्धा माझ्या मनात सलू लागली. त्या वेळी नाही, तरी माझ्या चौकशीच्या वेळी तरी हा आरोप तुम्ही माझ्यावर करायला हवा होता. ज्या कामकरी जनतेचा मी सेवक आहे, तिला हे पूर्णपणे ठाऊक आहे की, क्रांतीच्या काळात-त्या काळातल्या अणीबाणीच्या प्रसंगी मी केव्हाही माझी जबाबदारी टाळली नाही, भ्याडपणानं माघार घेतली नाही. मी भितरा असतो, तर ते चटकन त्यांच्या लक्षात आले असते. लष्करी चौकशी करणाऱ्या न्यायाधीशांना आमच्यासारख्या कार्यकर्त्यांच्या ध्येयाविषयी मोठी समजूत किंवा सहानुभूती असते, असं मुळीच नाही. त्यांना माझ्यामध्ये भितरेपणाची काही चिन्हे दिसली असती, तर त्यांनी मला किल्ल्यातल्या या तुरुंगात डांबून टाकण्याची तसदी मुळीच घेतली नसती. गुप्त आणि सुरक्षित जागी राहून काम करणारा मनुष्य मी नाही अशी अनेक लोकांनी शपथेवर दिलेल्या साक्षीवरून त्या पंचांची खातरी झाली, पण तुम्ही मात्र टोलर भ्याड आहे, हे तुणतुणे अजून वाजवीत बसला आहात. क्रांतिकाळातल्या अनेक अणीबाणीच्या क्षणी मी प्राण पणाला लावून आमच्या तत्त्वांसाठी झगडलो आहे. एक मे दिवशी मी लपून बसलो होतो, असं तुमचं म्हणणं आहे ना? ठीक आहे. म्यूनिचमधल्या कामकरी कौन्सिलच्या सभासदांना या बाबतीत विचारा. ते

तुम्हांला स्पष्ट बजावून सांगतील की, व्यासपीठावर वक्तृत्वाची आतषबाजी करणाऱ्या आमच्यापैकी काही बढाईखोर बडबड्यांप्रमाणे मी त्या दिवशी कुठेही लपून राहिलो नव्हतो. समान ध्येयांमुळे ज्यांच्याशी मी स्नेहभावानं बांधला गेलो होतो, त्यांनासुद्धा माझी सर्व शक्ती वेचून मी त्या दिवशी विरोध केला. एक मे दिवशी रक्तपात होऊ नये, म्हणून मी माझ्या प्रयत्नांची शिकस्त केली.

ही सर्व धडपड करणाऱ्या माणसाला तुम्ही बिळात लपून बसलेला उंदीर म्हणणार? प्रत्येक पुढाऱ्याचा खून करीत सुटलेल्या पिसाट शिपायांच्या बंदुकीपुढे मी छाती उघडी करून उभा राहिलो नाही, यालाच तुम्ही भितरेपणा म्हणता ना? खुशाल म्हणा!

आर्कोसारख्या प्रतिगामी माणसाचा जर्मनी, सरंजामशाही आणि भांडवलशाही यांना डोक्यावर घेऊन नाचणारा तुमचा जर्मनी हा माझा देश नाही. जर्मन कामकऱ्यांच्या देशाकरिता मी झगडत आलो आहे. तुम्ही कितीही विद्वान असला, तरी संकुचित राजकीय दृष्टिकोणामुळे असा देश अस्तित्त्वात आहे, हे तुम्हांला कधीच दिसू शकणार नाही. त्याचे दर्शन व्हायला व्यक्तीला स्वार्थाची भूमिका सोडावी लागते, माणुसकीच्या डोळ्यांनी भोवतालच्या लाखो जीवांकडे पाहावे लागते, त्यांच्या सुखदुःखांशी समरस व्हावे लागते.

२४

प्रिय टेसा,

तू लवकरच मला भेटणार, थोड्याच दिवसांत तुझ्याशी मला मोकळेपणाने मनमुराद बोलायला मिळणार, या कल्पनेनं माझ्या डोक्याला केवढा आराम वाटतोय म्हणून सांगू! काही काही वेळा कुणीतरी ते ठेचीत आहे, चेचीत आहे, असं वाटण्याइतक्या मला वेदना होतात. आणि हे दुःख नुसतं डोक्याचंच असतं असं नाही.

तुरुंगवास हा एक शाप असलेला वर आहे. माझ्या मनावर त्याचे जे विविध परिणाम होत आहेत, त्यातल्या एकाचा उल्लेख केल्यावाचून माझ्यानं राहवत नाही. राहून-राहून माझ्या मनात येते की, तुरुंगातून सुटल्यानंतर आपल्याला फार वेळ काही गुप्तपणानं राहावं लगाणार नाही, पण त्या गोष्टीची चर्चा आज कशाला हवी? माझ्या सुटकेला अजून खूप खूप अवकाश आहे.

मला माफी मिळावी म्हणून बर्लिनमध्ये बरीच धडपड चालली आहे, असं दिसतं. माझ्या शिक्षेच्या हुकुमाची एक नक्कल पाठवून देण्याविषयी मला कळविण्यात

आले आहे. मी त्यांना पुन्हा स्पष्टपणानं बजावलं आहे की, जोपर्यंत आमचे अनुयायी तुरुंगात आहेत, तोपर्यंत एकट्या स्वत:करिता मी माफीचा मुळीच स्वीकार करणार नाही. स्वातंत्र्याकरिता उत्कंठित झालेल्या माझ्या मनाला हे लिहिताना काय वाटलं असेल, याची तुला सहज कल्पना येईल.

आज खरोखर मला जर कशाची जरुरी असेल, तर ती काही आठवड्यांच्या सुट्टीची. तेवढी सुट्टी मिळाली म्हणजे मी पुन्हा तुरुंगातले जिणे कंठायला नि काम करायला लायक होईन. हेबेलनं आपल्या एका डायरीत लिहिलं आहे, 'डोकेदुखीच्या वेदना मला असह्य वाटत नाहीत. या डोकेदुखीमुळं शांतपणे अखंड चिंतन करण्याच्या माझ्या कामाला जो अडथळा येतो, त्याचाच मला राग येतो.' किती खरं आहे हे!

नव्या नाटकाविषयीचा माझ्या पत्रातला मजकूर तुला खरोखरच आवडला नाही असे दिसते. तू अगदी कळवळून लिहिलं आहेस, "उगीच भाराभर लिहिणाऱ्या लेखकात तुम्ही आपली गणना करून घेऊ नका. यापुढं तुरुंगात तुम्ही काही लिहिता कामा नये.' तुझे हे उद्‌गार वाचून मला हसू आवरेना. माझं लिहिणं थांबलं, माझ्या निर्मितीला, निरीक्षणाला, स्वप्ने साकार करण्याच्या माझ्या शक्तीला (हे सर्व भिन्नभिन्न शब्द एकच मानसिक क्रिया दर्शविणारे आहेत) खंड पडला, तर त्याचा अर्थ माझ्या आत्म्याचा झरा आटून गेला, असाच होईल. माझे अंत:करण बधिर आणि कठोर झालं आहे, याचा पुरावाच होईल तो!

मी स्वस्थ कसा राहू? माझ्या आत्म्यावर फुलणाऱ्या फुलोऱ्यामुळंच मी वाङ्मयनिर्मिती करू शकतो.

दुसरी एक विचित्र गोष्ट तुला सांगायची आहे. 'मासेस ॲण्ड मॅन' हे माझं नाटक अतिशय जहाल नि वर्गविग्रहाला चिथावणी देणारं आहे, असा आक्षेप घेऊन बव्हेरियात त्याच्यावर बहिष्कार टाकण्यात आला. उलट लोकशाहीचा पुरस्कार करणाऱ्या एका नियतकालिकाचा नाट्यटीकाकार आल्फ्रेड कार याला ते नाटक फार मवाळ वाटलं. जुन्याचा पुरस्कार करणाऱ्या काही वर्तमानपत्रांना त्यात एक मोठा इष्ट बदल दिसून आला म्हणे. तो म्हणजे समाजवादाऐवजी व्यक्तिवादाकडे आणि अर्थात राष्ट्रवादाकडे लेखकाचा झुकलेला कल! प्रॉटेस्टंट पाद्र्यांच्या मुखपत्राला तर त्यात माझ्या आयुष्यातली काळोखी रात्र संपून पहाट झाल्याचे दृश्य दिसले! टोलरमध्ये घडून आलेल्या या क्रांतीचे त्याने स्मितपूर्वक स्वागत केले असून पश्चात्ताप पावून कळपात परत आलेल्या या कोकराचा काहीतरी फायदा करून घेता येईल, म्हणून ही सर्व मंडळी त्याला चुचकारीत आहेत. जरमॅनी याच्या टीकाकारानं लोकनाट्याच्या इतिहासाला आत्मिक अनुभूतीचा अपूर्व आविष्कार म्हणून त्याचं वर्णन केलं आहे. याच्या उलट काही वर्तमानपत्रांना

त्या नाटकात समाजवादाचा निरर्थक उदोउदो आणि कामगारवर्गाचा एकांगी जयजयकार यापलीकडे दुसरं काहीच दिसलं नाही.

फारच थोड्या टीकाकारांना या नाटकाचं मर्म समजावं, ही किती दु:खाची गोष्ट आहे! आमच्या वृत्तपत्रात ज्यांना टीका खरडण्याचे राजरोस परवाने मिळतात, त्या लोकांची लायकी काय असते, याची अशा वेळी खरीखुरी कल्पना येते. या विद्वानांना कलेचं, रचनेचं, भावनांचं, कशाचंच ज्ञान नसतं, ते फक्त पक्षनिष्ठ वेडेपीर असतात. आंधळेपणानं आपल्या पक्षाचं ढोलकं बडवायचं, एवढंच त्यांना माहीत असतं.

प्रिय टेसा, आत्म्याच्या दृष्टीनं माणसं एकमेकांच्या किती जवळ असतात नाही? त्यामुळे त्यांची शरीरं सक्तीनं एकमेकांपासून दूर ठेवली गेली, तरी त्या वियोगाला फारसा अर्थ उरत नाही. आपणाला परस्परांचे अंतरंग पुरेपूर ठाऊक आहे. त्यामुळे दहा वर्षांच्या दीर्घ वियोगानंतर जरी आपली गाठ पडली, तरी एकाच खेड्याकडं जाणाऱ्या रस्त्याला दोन पायवाटा फुटाव्यात आणि त्या दोन वाटांनी चालू लागलेल्या माणसांची थोड्या अंतरावर पुन्हा भेट व्हावी, अशातलाच प्रकार होईल तो. टेसा, या वेळी माझ्या अंत:करणात जी गाढ शांती नांदत आहे, तिची जाणीव मला तुला करून देता आली, तर किती छान होईल!

तुरुंगात नाना प्रकारची दु:खं असतात. एखाद्या उंदरांच्या टोळक्याप्रमाणं ती आपल्या शरीरावरून एकसारखी नाचत असतात. क्षणाक्षणाला ती आपली शरीरं कुरतडून कुरतडून टाकीत असतात. पण हॅमेलिनच्या पुंगीवाल्या जादुगाराची ती गोष्ट आहे ना? तशी शक्ती असलेला एक मनुष्य अचानक या एकांतात अवतरतो आणि तो आपली पुंगी वाजवू लागला की हे सारे उंदीर मुकाट्याने त्याच्या मागून जातात आणि दिसेनासे होतात.

२५

प्रिय झ्वाइग,

'हिंकमॅन' या माझ्या नाटकाविषयी तुम्ही जे लिहिले आहे, त्याबद्दल वाटणारी कृतज्ञता मला शब्दांनी व्यक्त करता येत नाही. समानधर्मा भेटला म्हणजे कलाकाराला जो आनंद होतो त्याची सर – छे! कीर्ती, संपत्ती, लोकप्रियता, सारे सारे या आनंदापुढे तुच्छ आहे.

मला या नाटकाची कल्पना कशी सुचली ते तुम्हांला सांगतो. सामाजिक क्रांतीच्या काळात सुखाच्या संभवालासुद्धा किती विलक्षण आणि भयंकर मर्यादा

पडतात! अशा वेळी सुखाची कल्पना मृगजळासारखी वाटू लागते. या जाणिवेने आलेल्या विषण्णतेतूनच माझे हे नाटक निर्माण झाले. त्या प्रचंड मर्यादांच्या आत व्यक्तिमन किंवा समाजमन आपल्या इच्छा प्रकट करू शकते, पण त्या सीमेपलीकडे पाऊल टाकले की तिथे व्यक्तीला किंमत नाही, समाजाला महत्त्व नाही. तिथे फक्त जबरदस्त निसर्गाची हुकमत चालू शकते – त्याचे तांडवनृत्य पाहण्यापलीकडे आपण दुसरे काहीही करू शकत नाही.

या संक्रमणकाळात जी दुःखे आपल्यापुढे वाढून ठेवली आहेत त्यांना अंत नाही असाच याचा अर्थ होतो आणि उद्या समाजसत्तावाद रूढ झाला म्हणून काय जीवनातली सारी दुःखे लोप पावणार आहेत म्हणता? छे! समाजसत्तावादातून काही नवी दुःखे उद्‌भवणार हे उघड आहे! ज्यांच्या मानसिक जखमांवर कुठलाही उपाय नाही अशा थोड्या व्यक्ती जगात नेहमीच राहणार. अशी माणसे ज्या समाजात वावरत आहेत, तो पूर्णपणे सुखी आहे असे कोण म्हणू शकेल? आपल्या प्राचीन नाट्यकथांत प्रॉमीथिअसची गोष्ट आहे. दैवावर मात करून आपली सर्व दुःखे नाहीशी करू शकू असा आत्मविश्वास बाळगणाऱ्या मानवाचे ते प्रतीक आहे. त्या कथेतला नायक ही वीरवृत्तीने नियतीशी झुंज घेणारी एकुलती एक व्यक्ती होती. आज त्या व्यक्तीची जागा एका वर्गाने घेतली आहे. पण हा बदल झाल्यामुळे जगातून दुःखाची पूर्णपणे हकालपट्टी होईल असे मात्र मला वाटत नाही.

माझे हे विचार निराश वृत्तीतून निर्माण झाले आहेत असे कदाचित तुम्हांला वाटेल. कृपा करून तसा गैरसमज करून घेऊ नका. आपली स्वप्ने साकार होत नाहीत आणि आपली ध्येये व्यवहारात उतरत नाहीत म्हणून अश्रू ढाळीत बसणारी माणसे दुबळी असतात असेच मी म्हणेन. खरा वीरपुरुष जितक्या उत्कटतेने आपल्या गोड स्वप्नात रंगून जातो, तितक्याच स्थितप्रज्ञतेने त्या भग्न स्वप्नांचे अवशेष तो पाहू शकतो! त्या स्वप्नांबरोबर त्याच्या धैर्याचा कधीच चक्काचूर होत नाही.

आज आपल्याला भावनेच्या प्रवाहात वाहून जाणारी आंधळी माणसे नको आहेत. वस्तुस्थितीचा कडवटपणा जाणवू लागला की असली माणसे निराश होतात, हातपाय गळतात आणि स्वतःच्याच ध्येयवादाचे अश्रद्ध टीकाकार होण्यात त्यांना धन्यता वाटते. कुठल्याही प्रकारच्या स्वप्नरंजनात गुंग न होणारी, वास्तवाची परिपूर्ण जाणीव असणारी आणि ही जाणीव असूनही लढू इच्छिणारी, काहीतरी करू इच्छिणारी, जग बदलू इच्छिणारी झुंजार माणसे आपल्याला हवी आहेत. कोणत्याही समाजपद्धतीत पृथ्वीवर स्वर्ग अवतरू शकणार नाही. जिकडेतिकडे आनंदी आनंद नाचत बागडत आहे असे दृश्य

दिसणार नाही. जिच्यात दुःख नाही, कलह नाही, संग्राम नाही, अशी समाजपद्धती ही कदाचित कविकल्पनाच ठरेल! अशा पद्धतीचा शोध करीत सुटणे हे काही आपले काम नाही. सद्य:स्थितीत अधिक चांगले ठरेल अशी समाजव्यवस्था विचारपूर्वक निश्चित करणे आणि शक्य तितक्या लवकर ती रूढ व्हावी म्हणून लढत राहणे हेच आपले खरे कार्य आहे. अन्याय, विषमता आणि गुलामगिरी यांच्या पायावर उभारलेली कुठलीही समाजरचना यापुढे जगात टिकणे शक्य नाही. मनुष्याच्या सदसद्‌विवेकबुद्धीला तिचे अस्तित्वच सहन होणार नाही.

प्रिय झ्वाइग, माझ्याविषयी मुळीच काळजी करू नका. चालू काळात मधूनमधून मी शिव्याशाप देतो. नाही असे नाही. पण अनेकदा मला वाटते, हा काळ आपला वैरी नाही, स्नेही आहे. त्याने मला दिलेला हा तुरुंगवासाचा शाप – छे! तो शाप नाही. वरदान आहे ते! मी जर आज तुरुंगाबाहेर असतो, तर अनंत अज्ञातातून येणारे जे नवे-नवे आवाज इथे मला ऐकू येतात, ते माझ्या कानांवर कधीच पडले नसते! बाहेरच्या जगाचा संबंध तुटल्यामुळे त्याचे भय वाटू लागून एखादा मनुष्य तुरुंगालाच आपले घर समजू लागेल, ही तुम्ही व्यक्त केलेली भीती – मला ती शुद्ध काल्पनिक वाटते!

तुरुंगवासात ज्यांची तपेच्या तपे गेली आहेत आणि कारागृहातच ज्यांच्या काळ्यांचे पांढरे झाले आहेत अशा गुन्हेगारांना क्वचित आपल्या या चिरपरिचित आश्रमात परत यावेसे वाटत असेल! ते अगदी स्वाभाविकच आहे. शिक्षेच्या दीर्घ काळात त्यांचा आत्मविश्वास धुळीला मिळून गेलेला असतो, त्यांची जीवनशक्ती आटून गेलेली असते. कैद्याचे जीवन किती रूक्ष असते, प्रत्येकाला हव्याशा वाटणाऱ्या लहान-लहान अगणित सुखांना तो कसा मुकतो याची कल्पना करा. गर्द अरण्ये, मधुर संगीत, सुंदर स्त्रिया, रात्र पडल्यावरसुद्धा खूप वेळ घराबाहेर स्वच्छंदाने भटकणे, प्रशस्त राजमार्ग, उन्हाळ्यातील शेते, रात्री खूप खूप जागून एकाग्र चित्ताने काम करणे, अफाट समुद्र, लखलखीत विशाल आकाशाचे दर्शन एक ना दोन! स्वतंत्र माणसांना असली लक्षावधी सुंदर दृश्ये दररोज पाहावयाला मिळतात. अगणित मधुर ध्वनी त्यांच्या कानांना नित्य आनंद देतात, पण तुरुंगातला कैदी? डोळे असून त्याला आंधळे व्हावे लागते! कान असून तो बहिरा ठरतो!

एक गोष्ट मात्र मला पटते. ती म्हणजे तुरुंग न पाहिलेल्या माणसांपेक्षा कारागृहात दीर्घकाळ राहिलेल्या मनुष्याला एकांताची अधिक आवश्यकता भासू लागते ही होय. मी इथून मुक्त होईन, तेव्हा गर्दीपेक्षा एकांताचीच माझे मन इच्छा करीत राहील. गोंगाटापेक्षा शांततेतच ते रमू लागेल.

२६

प्रिय,

तुरुंगाच्या मुख्य रखवालदाराचा आवाज कानावर येत आहे – 'पावणे नऊ झाले!' पावणे नऊ! आता कोठडीतून कुणाही कैद्याला बाहेर पडता येणार नाही. पाव तासात सर्व दिवे मालवले जातील. नवानंतर स्वत:ची मेणबत्ती लावण्याचीसुद्धा आम्हांला परवानगी नाही.

भयाण काळोखाकडे शून्य नजरेने पाहत तासन्तास जागे राहणे हे एक भयंकर दिव्य आहे, स्वत:च्या खर्चाने का होईना आम्हांला रात्री मेणबत्त्या लावून काम करायची परवानगी मिळाली, तर मनावरला केवढा तरी ताण कमी होईल. मला पहाटे वाचन किंवा लेखन करता येत नाही. माझी सर्व बौद्धिक शक्ती दिवसा फुलू लागते आणि संध्याकाळ झाली – रात्र पडू लागली की तिला अगदी बहर येतो.

जे समाजाचे सुखदु:ख, तेच आपले सुखदु:ख अशी श्रद्धा बाळगणाऱ्या माणसालाच वर्तमानकाळावर टीका करण्याचा अधिकार आहे हे तुमचे म्हणणे अगदी बरोबर आहे. जगात शांती, सुख आणि समाधान नांदावीत असा प्रयत्न करण्यात उच्च आनंद आहे असा ज्याला अनुभव येतो, त्याच मनुष्याने सुधारणांचे कंकण हाती बांधणे उचित होईल. असा दृष्टिकोण असणारी किंवा हा ध्येयवाद आचरणात आणणारी जी माणसे आढळतात, ती बाह्यत: एकमेकांपासून दूर असली तरी मनाने एकरूपच झालेली असतात, पण असले मूठभर सज्जन आजच्या जगातल्या सुसज्ज अशा दुर्जनांच्या सैन्याशी किती वेळ लढू शकतील आणि ते जिवावर उदार होऊन लढले, तरी त्यांचे कुठले ध्येय सिद्धीला जाणार आहे? त्यांच्या विरुद्ध क्षुद्र, स्वार्थी माणसे, मानवी जीविताचा अमानुष व्यापार करणारे फत्तर आणि जुलुमाचा पुरस्कार करणारे सैतान यांच्या पलटणी असलेली दुर्जनांची अफाट सेना उभी ठाकली आहे!

२७

प्रिय,

माझ्या रजेच्या अर्जाला वाटाण्याच्या अक्षता मिळाल्या हे एव्हाना तुम्हांला कळले असेलच. आई माझी सर्व प्रकारची हमी द्यायला तयार होती. पण –

या अर्जाचा निकाल लागण्यापूर्वीचा काळ मानसिकदृष्ट्या मला फार त्रासाचा गेला. 'तुमच्या अर्जाचा विचार करता येत नाही' असे उत्तर मिळताच माझे मन कसे शांत झाले. समाजवादी मनुष्याची आत्मशक्ती खरोखरीच जागृत झालेली असते. तुरुंगवास, अपमान, परवशता इत्यादी दु:खांना तो गंभीरपणाने, शहाणपणाने आणि सहनशील वृत्तीने तोंड देऊ शकतो, याचे कारण ही शक्तीच होय.

तुरुंगवासाने ज्या नव्या देणग्या मला दिल्या आहेत, त्यांचा जर मी उल्लेख केला नाही; तर मी माझ्या आत्मिक दारिद्र्याचे अकारण प्रदर्शन केल्यासारखे होईल. कारागृहातल्या या आयुष्यात आत्मविकासाच्या अनेक घटका मला लाभल्या आहेत. अशा वेळी माझ्या हृदयाचे बोल मला ऐकू येऊ लागतात, ज्या लहान गोष्टीतले सौंदर्य आणि संगीत एकांतवासात आयुष्य काढणाऱ्या संन्याशालाच प्रचीत होते, त्यांची अशा वेळी ओळख होते नि त्यांच्याविषयीचे प्रेम मनात फुलू लागते. भिंतीबाहेर अस्वस्थता आणि अशांतता यांचे राज्य आहे. बाहेर माणसे अंधपणाने वागतात. अहंकारात मग्न असतात, दुसऱ्यावर फार फार कमी प्रेम करतात! आपण भावाभावाप्रमाणे एकमेकांशी कधीच वागत नाही. उलट प्रेमाची, स्नेहाची आणि भक्तीची ओळखच नाही आपल्याला.

ण तुरुंगातल्या कोठडीत एक एक दिवस मोजीत बसलेल्या कैद्याला प्रेम करण्याची केवढी मोठी शक्ती आपल्यापाशी आहे याची जाणीव होते. एक पांढरी शुभ्र भिंत! पण तिच्यावर चालणारी प्रकाशाची क्रीडा पाहून मला किती विलक्षण आनंद होतो म्हणून सांगू? प्रकाशाच्या या क्रीडेचे दृश्य सकाळ, दुपार आणि संध्याकाळ या प्रत्येक वेळी नावीन्यपूर्ण दिसते.

स्वातंत्र्याची उत्कट इच्छा माझ्या मनात पदोपदी उद्भवते! मनुष्याचा तो स्वभावधर्मच आहे. बंदिखान्यात माझ्या काव्यशक्तीची कुचंबणाच होते, नाही असे नाही, पण ती फक्त कुचंबणाच आहे. त्या शक्तीचा नाश कुणीही करू शकणार नाही.

म्हणून केवळ माझ्यासाठी कुणी कसलीही मदत देऊ लागला, तर तिचा स्वीकार मी करू शकत नाही. इथल्या कैद्यांत कोणत्याही दृष्टीने मी दुर्दैवी मनुष्य नाही. उलट काही काही वेळा तुरुंगाबाहेरच्या अनेक बांधवांचा विचार करताना माझे मन दु:खाने व्याकूळ होऊन जाते. विषम आणि दुष्ट अशा समाजरचनेमुळे जी अभागी माणसे भाकरीच्या तुकड्यालासुद्धा महाग झालेली असतात, त्यांचा विचार मनात आला म्हणजे –

२८

प्रिय,

हिवाळ्यातले हे उदास दिवस मी एकाच आशेवर सुसह्य करून घेत होतो. ती आशा म्हणजे माझ्या पाकोळ्या पुन्हा माझ्या कोठडीत लवकरच राहायला येतील ही!

पण–

मला एकदम दुसऱ्या कोठडीत जाण्याचा हुकूम झाला. ही नवी कोठडी पूर्वीपेक्षा मोठी असली – पूर्वीची फार तर पाच सव्वापाच फूट रुंद असेल – तरी मला ती बिलकूल आवडत नाही. माझ्या पाकोळ्यांना यापुढे मी आश्रय देऊ शकणार नाही, याचे मला फार फार वाईट वाटते. त्या या खोलीकडे मुळीच फिरकणार नाहीत. कारण या खोलीचे तोंड पश्चिमेकडे आहे. ज्या कुणीही हिरावून नेऊ शकणार नाही अशा गोष्टी माझ्यापाशी असल्याची बढाई परवाच्याच पत्रात मी मारली होती ना? ती किती निराधार होती हे आज मला कळतंय! माझं सांत्वन करण्याकरिता तुम्ही मला गोड गोड पत्र पाठवायला हवं म्हणूनच हे सारं लिहिलं आहे हं! खरंच, कारागृहात आपल्या प्रियतम मित्रांचा वियोग ज्याला सोसावा लागतो, त्याचे सांत्वन इतरांनी करायला नको का?

२९

प्रिय टेसा,

आज तुला भेट म्हणून एक कवड्याचे पीस मी पाठवीत आहे. त्याचा पिंगट रंग किती मोहक आहे! नि त्याच्यातली सौम्य तांबडसर छटा किती आल्हाददायक वाटते नाही? त्याच्या टोकावरले काळे पांढरे ठिपकेसुद्धा किती नाजूक आहेत!

या पिसाची कथा मोठी मजेदार आहे. तुरुंगाच्या अंगणात गारठ्याने जवळजवळ निश्चेष्ट होऊन पडलेल्या कवड्याविषयी मी तुला पूर्वीच लिहिले आहे. मी त्या पाखराला माझ्या कोठडीत न्यायला लागलो. पहारेकऱ्याने फाटक उघडले नसल्यामुळे जिन्याच्या तोंडाशी मला बराच वेळ उभे राहावे लागले. आता या गारठलेल्या पाखराचे काय करायचे हा प्रश्न मला पडला. मी त्याला माझ्या अंगरख्यात लपविले. पण त्याला तिथे पुरेशी ऊब मिळेना! मग त्याला कोटाखाली घातले. नंतर जाकिटाखाली! शेवटी माझ्या शर्टची बटणे काढून माझ्या छातीशी मी

त्याला घट्ट धरले. तिथेच त्याला भरपूर ऊब मिळण्याची शक्यता होती. ते तिथे लगेच चिकटून बसले आणि मोठ्या आरामात त्याने आपले चिमुकले डोके स्वत:च्या कुशीत खुपसले.

मी कोठडीत गेल्यावर हळूहळू ते पूर्णपणे सावध झाले आणि थोड्याच वेळात बाहेर उडून गेले. रात्री झोपायच्या वेळी मी जेव्हा कपडे काढू लागलो, तेव्हा आपली आठवण म्हणून ते एक पीस मागे ठेवून गेले आहे असे मला आढळून आले. तेच पीस मी तुझ्याकडे पाठवीत आहे.

माझा एक मित्र मला ओरडून सांगत आहे – 'लेनिन मृत्यू पावला.' लेनिनचा मृत्यू? लेनिन गेला?

३०

प्रिय,

अध्यक्षाने सार्जंट मेजरला विचारले, 'जेव्हा लेफ्टनंट मार्लोने तुरुंगात असलेल्या बत्तीस खलाश्यांना गोळ्या घालून ठार मारण्याचा हुकूम तुला दिला, तेव्हा तू त्याला काय उत्तर दिलंस?'

त्याने उत्तर दिले, ''हे काम करायला मी एका पायावर तयार आहे' एवढंच मी म्हणालो.''

ज्या काळात आपण राहत आहोत त्याचे भीषण चित्रण करणारे यापेक्षा दुसरे कुठले शब्द कुणाला सांगता येतील काय?

३१

प्रिय टेसा,

किती आठवडे होऊन गेले! इतक्या दिवसात मी तुला साधं पत्रसुद्धा पाठविलं नाही. मी तुझ्यापासून मनानं दूर चाललो आहे असा मात्र या अबोल्याचा अर्थ करू नकोस. तुझ्या पत्रात मला जे लिहायचं होतं, ते एका आठवड्यात मनात असं झरझर फुलत गेलं की –

पहिल्या दिवशी मी स्वत:शीच म्हणालो, ''छे! आज आपण अगदी गळून गेलो आहो. असल्या मलूल स्थितीत मनासारखं सुरेख लिहिणं आपल्या हातून काही व्हायचं नाही. शरीराच्या उत्साहावरसुद्धा लेखनाची प्रसन्नता थोडीफार

अवलंबून असतेच. तेव्हा उद्या हे काम करायचं!'' दुसऱ्या दिवशी माझ्या मनात आलं – ''आपल्याला जे लिहायचंय ते आता कुठं नुकतं उमलू लागलं आहे. तो सारा अस्फुट सुगंध आपल्या शब्दातून प्रकट व्हायला हवा! तासाभरात हे काम आपल्याला कसे साधणार? निर्वेधपणानं दिवसभर लिहिता आलं, तरच आपल्या मनातले सारे भाव कागदावर उतरतील'' असं म्हणत म्हणतच दिवसामागून दिवस गेले. दररोज तासन् तास मी तुझा विचार करीत होतो. मात्र माझी बोटे तेवढी झोपली होती.

शिवाय गेले काही आठवडे (काही महिने म्हणणंच अधिक योग्य होईल) मी 'मशीन् रेकर्स' या माझ्या नव्या नाटकाच्या लेखनात व्यग्र होऊन गेलो आहे. लिहिलेला सारा मजकूर मी दोनदा फाडून टाकला नि तिसऱ्यांदा नवी सुरुवात केली. शेवटी परवा कुठं माझा तिसरा कच्चा खर्डा पुरा झाला. 'सुटलो बुवा एकदाचा!' अशा आनंदात मी पुढचे चोवीस तास घालविले, पण आज पुन्हा त्या रूपरेषेचं संस्करण करण्याच्या उद्योगाला मी लागलो आहे. नवनवे प्रवेश सुचत आहेत, अनेक दृश्ये डोळ्यांपुढे रंगरूप धारण करून उभी राहताहेत, स्वैर कल्पनांना निश्चित सुंदर आकार येत आहेत.

एखाद्या कल्पनेनं माझ्या मनाची पकड घेतली म्हणजे – खरोखर 'पकड' हा शब्दच माझ्या लेखनाच्या बाबतीत अगदी सार्थ आहे – मी अगदी भारून गेल्यासारखा होतो. माझ्या भावना, माझी बुद्धी, एवढंच काय माझं शरीरसुद्धा त्या नादात बेभान होऊन जातं (कधी कधी नकळत माझ्या नाटकातल्या एखाद्या पात्राला शोभेल अशी हालचालसुद्धा मी करू लागतो.) अंगात संचारलेल्या या वाऱ्यापुढं दररोज इतकं लेखन करायचं म्हणून ठरविलेल्या वेळापत्रकाच्या वावडीच्या चिंध्या व्हाव्यात यात नवल कसलं? त्या कल्पनेची धुंदी माझ्या मनावर अष्टौप्रहर राहते. मग मित्रांशी बोलता-बोलता मी मध्येच थांबतो. माझं लक्ष संभाषणावरून एकदम उडून जातं. एखाद्या अगदी साध्या प्रसंगानं किंवा संवादानं माझं मन अंतर्मुख होऊन लगेच आपल्या विषयाकडे वळतं. निर्मितीच्या प्रवाहात अशा रीतीने मी एकदा सापडलो म्हणजे माझी स्वत:वर काडीइतकीसुद्धा सत्ता उरत नाही. त्या विषयाच्या विकासाच्या धडपडीशिवाय माझ्या जीवनाला अशा वेळी निराळं अस्तित्वच नसतं म्हणेनास! आपल्या कलेच्या आत्म्याला अनुरूप असं शरीर लाभेपर्यंत कलावंताला असंच धडपडावं लागत असावं! निदान माझा तरी हा अनुभव आहे.

मात्र कलानिर्मितीचा अनुभव सदैव सुखकारक असतो असं मुळीच नाही. पुढंपुढं लाटांवर हवं तसं फेकीत वेगानं आपल्याला वाहवून नेणारा हा महापूर मला असह्य वाटू लागतो. ज्या विषयानं मला झपाटलेलं असतं, त्याची गुलामगिरी

मला हळूहळू जाणवते. या शृंखला ताडकन तोडून आपण मोकळं व्हावं असंसुद्धा माझ्या मनामध्ये येतं, पण सातवा दिवस उजाडेपर्यंत या कामात मला सहसा यश येत नाही. बहुधा सातव्या दिवशी माझी मूळची अमूर्त कल्पना थोडी तरी मनासारखं रूप धारण करून अवतरते. असं झालं म्हणजे मी सुटकेचा एक भला मोठा नि:श्वास सोडतो. अर्थात या दिव्यातून कलावंत सहीसलामत पार पडला, तो यशस्वी कृती निर्माण करू शकला, तरच त्याला हे स्वातंत्र्याचं समाधान उपभोगता येतं. त्या समाधानातसुद्धा विश्रांतीचा आनंद नसतोच. एक प्रकारची शून्यतेची भावनाच अधिक जाणवते. आपल्या मनावरला भार उतरल्यासारखा वाटतो खरा! पण त्याचबरोबर आपलं काही तरी हरवलं आहे असाही भास होत राहतो.

प्रतिभेच्या अखंड आणि अनिर्बंध विलासानं निर्दोष कलाकृती निर्माण होते असं कुणी तरी म्हटलं आहे, पण ती शुद्ध दंतकथा आहे! कलावंताची एखादी कृती अशी निर्माण होऊ शकेल, पण उभ्या आयुष्यात एखाद्या वेळी येणारा हा अनुभव आहे. अपवाद म्हणूनच त्याच्याकडे पाहायला हवं. चिंतन आणि संस्करण यांच्यावाचून केवळ प्रतिभेच्या बळावर उत्कृष्ट कला निर्माण होऊ शकत नाही. याचं कारण शब्द हे लेखनाचं माध्यम आहे आणि शब्द तर फार लाजरे व बुजरे असतात. त्यांच्याद्वारे आत्म्याचा आविष्कार करणे ही अतिशय अवघड गोष्ट आहे. शब्दांना कधी प्रेमानं कुरवाळावं लागतं. कधी रागानं दूर ढकलावं लागतं –

टेसा, वरचा मजकूर लिहून चार दिवस झाले. माझ्या नाटकाचं पाचवं संस्करण सध्या सुरू आहे. स्वत:च्या हृदयाला हालवून सोडणाऱ्या साऱ्या कल्पना आपल्या शब्दातून प्रकट झाल्या आहेत अशी माझी प्रथम समजूत झाली होती. त्या वेळी त्या शब्दात माझ्या प्रक्षुब्ध मनाचं प्रतिबिंब मला दिसत असावं! पण थोड्या दिवसांनी मी त्या शब्दांकडे पाहिलं मात्र – ते सारे निर्जीव वाटू लागले मला! मला जे सांगायचं होतं, ते व्यक्त करण्याला ते असमर्थ ठरले होते. ज्यांचं मूल्य चटकन निश्चित करता येत नाही अशा साधनांवर कलेचं सौंदर्य अवलंबून असतं हेच खरं! कलावंताचं सामर्थ्य आणि दु:ख या दोन्हींचा उगम यातच आहे. नाही का?

माझ्या नाटकाचं अंतिम स्वरूप काय होईल याची माझी मलासुद्धा अजून पुरी कल्पना नाही. एक गोष्ट मात्र निर्विवाद आहे. मी कितीही थकल्यासारखा दिसलो, कलेचं हे किचकट काम दूर झुगारून देऊन स्वस्थ पडावं या इच्छेनं माझं शरीर जरी व्याकूळ झालं असलं, तरी माझ्या अंत:करणातली निर्मितीची ज्योत मंद न होता उलट अधिकच तीव्रतेने तेवत आहे असा मला अनुभव येत आहे.

शेक्सपीअरच्या 'लियर'मध्ये खालील वाक्य आहे – 'या जगात येणं आणि त्यातून बाहेर जाणं या दोन्ही गोष्टी सारख्याच नैसर्गिक आहेत. त्यांना एवढी कसली किंमत द्यायची? जीवनातली खरी महत्त्वाची गोष्ट म्हणजे माणसाच्या मनाला येणारा परिपक्वपणा – त्याच्या आत्म्याचा विकास – हीच आहे.'

पण त्याच नाटकात हेही वाक्य आढळतं – 'मुलं जशी गंमत म्हणून माशा मारतात, त्याप्रमाणं दैव माणसांच्या प्राणांशी क्रीडा करीत असतं.'

३२

प्रिय हर हार्डन,

इथल्या तुरुंगात माझा एक सोबती आहे. लँडॉरचा खून झाला तेव्हा तो त्याच्याबरोबर होता. तो जी हकिगत सांगतो, ती ऐकली म्हणजे–

गस्टॉव लँडॉरच्या मृत्यूने जर्मन क्रांतीतला सर्वांत सच्चा मनुष्य नाहीसा झाला आहे. एका महान आत्म्याच्या मार्गदर्शनाला आपण मुकलो आहोत, पण ही जाणीव आजच्या जर्मनीतल्या कितीश्या माणसांना आहे? लँडॉरच्या प्रतिभेची ओळख – शेक्सपीअर, व्हिट्मन आणि हॉल्डर्लिन यांच्यावरल्या त्याच्या ग्रंथांची नावेसुद्धा त्यांच्यापैकी बहुतेकांनी ऐकली नसतील!

ज्याच्या खरेपणाविषयी मला काडीमात्रही शंका नाही, अशा एका मनुष्याने लँडॉरचा शेवटचा क्षण स्वतःच्या डोळ्यांनी पाहिला आहे. त्याचं वर्णन करताना तो म्हणाला, "हालहाल करून आपल्याला मारू इच्छिणाऱ्या नरपशूंना उद्देशून लँडॉरनं एवढेच शब्द उच्चारले, 'मारा! मला एकदम ठार मारा! म्हणजे तुमच्यात थोडीतरी माणुसकी शिल्लक आहे, एवढं समाधान मला मरता-मरता मिळेल.' हेच त्याचे शेवटचे शब्द होते!"

पण आमच्या लोकराज्यात या महात्म्याचा खून करणाऱ्या इसमांचा इन्साफ कसा केला गेला, हे तुम्हांला ठाऊक आहे ना? लँडॉरच्या तोंडावर चाबकाच्या दांड्यानं प्रहार करणाऱ्या फ्रीहर व्हॉन गॅगर्नला निर्दोषी म्हणून सोडून देण्यात आले. ज्या सैनिकाने लँडॉरला गोळी घातली, त्याला फक्त काही आठवड्यांची सजा मिळाली म्हणे! आणि ती तरी कशासाठी? तर त्याने लँडॉरचे घड्याळ चोरले म्हणून!

माझ्या नव्या मित्राकडून लँडॉरच्या शेवटच्या घटकांची जी इत्थंभूत माहिती मला मिळाली, ती त्याच्याच शब्दात खाली देतो –

'१ मे १९१९ ची संध्याकाळ होती ती. स्टार्नबर्ग डिस्ट्रिक्ट कोर्टाच्या

तुरुंगात कामगारांच्या कार्यकारी मंडळाचे पकडण्यात आलेले सर्व सभासद कोंडून ठेवले होते. एकदम बाहेर मोठा गलबला ऐकू येऊ लागला. कुणीतरी जबरदस्त गुन्हेगार पोलिसांनी पकडून आणला असावा, असे आम्हांला वाटले. पण पाचसहा मिनिटांतच आम्हांला कळून चुकले की, ज्याच्या आगमनानं एवढा गोंधळ उडवून दिला होता, ती व्यक्ती दुसरी तिसरी कोणी नसून आमचा दोस्त लँडॉर हीच आहे!

त्या हंगामी तुरुंगातून आमची जी उचलबांगडी झाली, ती थेट स्टॅंडेल्हॅमच्या तुरुंगात! आम्ही तिथं पाऊल टाकतो न टाकतो तोच तिथली सारी भुतावळ लँडॉरला खायला उठली. 'लँडॉरला इथं आणताहेत. या साऱ्या कुत्र्यांना मरेपर्यंत चांगला चोप द्या.' असे उद्‌गार आमच्या कानावर पडू लागले. सैनिकांच्या एका टोळक्याने आमच्याभोवती कडं केलं आणि आम्हांला रेटीत, धक्का देत, कसेबसे तपासणीच्या खोलीपर्यंत नेले.

तिथं लँडॉरला कुणीतरी इतक्या जोराने ढकललं – कदाचित मारलंही असावं – की, त्याच्या डोळ्यांवरला चष्मा चटकन उडून खाली पडला. आम्हा सर्व कैद्यांची माहिती लिहून घेण्याचा समारंभ आता सुरू होईल, असे आम्हांला वाटले होते. पण तसे काही न होताच आम्हांला तेथून बाहेर पडावे लागले. स्त्री कैद्यांच्या कोठड्यांबाहेरच्या अंगणात आम्ही आलो. त्या वेळी सैतानी लष्करशाहीच्या नंग्यानाचाविषयी लँडॉर काहीतरी बोलला. त्याबरोबर एका शिपायानं त्याच्या तोंडावर इतक्या जोरानं फटकारा मारला की –

'लाल सैन्यातल्या लष्करशाहीचासुद्धा मी इतकाच तिरस्कार करतो,' असं काहीतरी लँडॉर बोलला, पण त्याचा विचार करण्याइतकं तिथं शुद्धीवर होतं कोण? एक अधिकारी एकदम ओरडला म्हणे, "दंगा बंद करा. आत्ताच्या आत्ता लँडॉरचा निकाल लावायचा आहे."

त्या अंगणाच्या मध्यभागापर्यंत शिपायांनी आम्हांला रेटीत रेटीत नेलं. त्या गडबडीत लँडॉर मला कुठे दिसला नाही. आम्ही एका जागी जाऊन उभे राहिल्यावर मला जे दृश्य दिसलं – छे! त्याची आठवणसुद्धा अजून असह्य होते!

एक भला धिप्पाड मनुष्य घोड्याच्या चाबकाच्या दांड्याने लँडॉरला तोंडावर मारीत होता. ते फटकारे चुकविण्याकरिता हातांनी आपलं तोंड झाकण्याचा प्रयत्न करीत असताना लँडॉर धाडकन् खाली जमिनीवर कोसळला!

हे होतं न होतं तोच कामगारांच्या कार्यकारी मंडळाच्या आम्हा तीन सभासदांकडे एक सैनिक आला आणि आपल्या मागून येण्याविषयी त्याने आम्हांला सांगितलं. इतक्यात बंदुकीची एक गोळी सूं सूं करीत गेल्याचा आवाज झाला. त्या छोट्या अंगणातून आम्ही मोठ्या अंगणात पाऊल टाकतो न टाकतो तोच दुसऱ्या

गोळीचा आवाज आमच्या कानावर पडला. आमच्याबरोबर असलेल्या त्या सैनिकातली माणुसकी अजून पुरी मेली नव्हतीसे दिसते. तो नकळत बोलून गेला, ''आत्तापर्यंत मी यांच्या हरेक हुकमाची तामिली केली पण आज – छे! ते अगदी अशक्य झालं मला!''

त्याने आम्हांला पुन्हा तपासणीच्या खोलीत नेलं. तिथं आमच्या सर्व खाणाखुणा टिपून घेण्यात आल्या. नव्या इमारतीतून परत येताना आम्हांला पुन्हा त्या छोट्या अंगणात यावे लागले.

तिथं –

त्या अंगणाच्या मध्यभागी आमचा सर्वांचा दोस्त लँडॉर –

छे! लँडॉर नव्हता तो! त्या राक्षसांनी हालहाल करून सोडलेलं त्याचं निर्जीव शरीर तिथं पडलं होतं.

आम्हांला पाहताच त्या पिसाट सैनिकातला एक जण ओरडून म्हणाला, ''हा पाहा – हा पाहा इथं तुम्हा कुत्र्यांचा पुढारी धूळ खात पडलाय.''

३३

प्रिय,

कामगारांच्या अत्यंत निकट सहवासात मी कितीतरी वर्षं घालविली आहेत. मला वाटतं, तुरुंगाच्या चार भिंतीच्या आतच माणसं एकमेकांना फार जवळून पाहू शकतात. इथं एखाद्या मोळीतल्या लाकडाप्रमाणे ती एकत्र बांधली गेलेली असतात. त्यामुळे सकाळी अंथरुणावरून उठल्यापासून अंथरुणाला पाठ लावेपर्यंत त्यांचा सारा आयुष्यक्रम एकरूप होऊन जातो. तुरुंगाबाहेर हे कसं शक्य आहे?

राहून-राहून माझ्या मनात येते. या तुरुंगवासामुळे कामगारवर्गाच्या अंतरंगाचं मला जे दर्शन झालं, ते बाहेरच्या स्वतंत्र जगात कधीच होऊ शकलं नसतं. बाहेर माणसं स्वतंत्र असतात. याचा अर्थच हवे ते मुखवटे धारण करून फिरण्याचं स्वातंत्र्य त्यांना असतं. बाहेरच्या जगात कुठल्याही व्यक्तीच्या सर्व बाजू आपणाला सहसा पाहायला मिळत नाहीत. तिची दर्शनीय बाजूच तेवढी आपल्यापुढे येते. अर्थात ती फसवी असते हे सांगायला नकोच. सुंदर वस्त्रालंकाराच्या साहाय्याने मनुष्य आपला कुरूपपणा लपविण्याचा प्रयत्न करतो ना? जवळजवळ तसंच आहे. आपल्या आत्म्याची वैगुण्यं इतरांना दिसू नयेत, म्हणून आपण नेहमी धडपडत असतो. त्यामुळे व्यवहारात मनुष्याच्या अनावृत आत्म्याचे दर्शन आपल्याला कधीच होऊ शकत नाही.

पण बाहेर अशक्य असलेली ही गोष्ट तुरुंगात सहजासहजी घडू शकते. कारागृहात कुणाचेही कृत्रिम मुखवटे फार वेळ राहू शकत नाहीत. जिथं साराच कारभार नंगा असतो, तिथे व्यक्तीनेही आपल्या आत्म्यावर पांघरून घालण्याची निष्फळ धडपड का करावी? आणि ते घालावं म्हटलं, तरी तुरुंगातल्या वातावरणात ते कितपत शक्य आहे?

या परिस्थितीचा फायदा मला मिळाला. इथं कामगारांच्या अंतरंगाचं खरंखुरं चित्र माझ्या दृष्टीला पडलं. न्याय, पावित्र्य वगैरे वगैरे गोष्टींचा वरदहस्त कामगारांवर असतोच असतो असं गृहीत धरून त्यांना मार्गदर्शन करणारे लेखक किती भोळे आहेत आणि त्यांची ही आत्मवंचना परिणामी किती घातक आहे, याची पूर्ण कल्पना मला तुरुंगात आली. असल्या आंधळ्या शिकवणुकीनं कामगारांच्या चळवळींची प्रगती कधीच होणार नाही. उलट त्यांचा एक नवीनच अंध पंथ स्थापन होईल.

पांढरपेशांपेक्षा कामगार आपल्या स्वाभाविक प्रेरणांच्या आहारी चटकन जातो. या प्रवृत्तीमुळेच त्याच्यावर कुठलीही गोष्ट त्वरित परिणाम करू शकते. मात्र हा नियम कलेच्या बाबतीत लावताना एक गोष्ट अवश्य लक्षात ठेवली पाहिजे. कामगारांच्या जीवनाशी जिचा प्रत्यक्ष संबंध येऊ शकतो, इतकेच नव्हे तर त्याला वळण लावण्याचे सामर्थ्य जिच्यात आहे, अशा कलाकृतीचेच त्याच्यावर खोल संस्कार होऊ शकतात. अशा कलेत स्वतःच्या सत्य स्वरूपाचं त्याला दर्शन व्हायला हवे. त्याचा असंस्कृत आत्मा, शक्तीविषयीची त्याची भक्ती, त्याची असहायता, त्याचा दुबळेपणा, त्याचं नैराश्य, स्वतःविषयी आणि आपल्या ध्येयाविषयी त्याला वारंवार वाटणारी अश्रद्धा, या सर्व गोष्टींचं चित्रण यथार्थ रीतीने करणं हे कलावंताचं कर्तव्य आहे. त्याला दिसणाऱ्या चित्रात त्याचेच शब्द त्याच्या कानांवर पडले पाहिजेत. त्यातली माणसं आपल्याविषयीच जिव्हाळ्यानं बोलत आहेत, अशी त्याची खातरी व्हायला हवी. त्यानं दुसऱ्यावर केलेले आरोप आणि स्वतःचे केलेले समर्थन, त्यानं इतरांची केलेली थट्टा आणि इतरांनी उडविलेली त्याची रेवडी हे सारं सारं त्या चित्रणात उतरायला हवं. आपल्यासमोर खराखुरा कामगार मूर्तिमंत उभा आहे, या भावनेने त्याला भारून टाकलं, तरच कुठलीही कलाकृती त्याच्या काळजाला हात घालू शकेल.

आमच्या साहित्यानं कामगारांच्या बौद्धिक आणि आत्मिक शक्तींचा विकास केला नाही, ज्या नाजूक भावनांच्या रेशमी धाग्यांनी माणसं एका ध्येयाभोवती बांधली जातात, त्यांचा आविष्कार जर आमच्या लिखाणात झाला नाही, तर सामाजिक विकासाला साहाय्य करण्याऐवजी पक्षोपपक्ष वाढविण्याचे काम तेवढे

आमच्या हातून होईल. या बाबतीत आणि क्षणभरसुद्धा आत्मसवंचना करून घेता कामा नये. उठल्यासुटल्या रक्तपाताची किंवा पोलादी शिस्तीची भाषा बोलणाऱ्या अंध पक्षसंघटनांतून आजपर्यंत काय निष्पन्न झालं आहे? आत्मिक शक्तींचा ऱ्हास, सामाजिक नीतीचा अध:पात आणि जीवनाविषयी तिरस्कार या सर्व विषांचा कामगारात प्रसार करण्यापलीकडे त्यांनी दुसरं काय मिळवलं आहे?

कधी कधी मला पुढचा मार्ग मोकळा आहे असा भास होतो पण तो मार्ग कुठं जात आहे? काळोखात! शून्यात!

३४

प्रिय,

बिनतारी तारायंत्राविषयी तुम्ही जे लिहिलं आहे, त्याविषयी मी खूप खूप विचार केला. प्रत्येक शास्त्रीय शोधात विधायक आणि विनाशक अशा दोन्ही प्रकारच्या शक्ती असतात. दुर्दैवानं जगाला आत्तापर्यंत त्यातल्या पहिल्यापेक्षा दुसरीचाच अनुभव अधिक आला आहे. आत्तापर्यंतच्या नवनव्या कल्पनांचा आणि अद्‌भुत शोधांचा मानवजातीनं एकंदरीत दुरुपयोगच केला नाही काय? मुंग्याप्रमाणं माणसं मारणं, शहरेच्या शहरे विषारी धुरानं उध्वस्त करून टाकणं, मोठमोठे प्रदेश बेचिराख करून सोडणं, शास्त्रीय शोधांनी मानवधर्माला कलंक लावण्याचं असलं कार्यच आत्तापर्यंत अधिक प्रमाणात केलं आहे.

रेडिओचाही असाच दुरुपयोग होणार नाही कशावरून? भविष्यकालीन युद्धात निरनिराळे देश आपापल्या रेडिओवरून धादांत खोट्या गोष्टींचा प्रचार करायला मुळीच कचरणार नाहीत. त्यांच्या परस्परविरुद्ध गोष्टींनी सामान्य माणसं गोंधळून जातील. सत्पक्ष कोणता आहे, आपली शक्ती कुणाच्या पारड्यात घालावी हे ठरविणं त्यांना अतिशय अवघड जाईल आणि मग याचा परिणाम म्हणून शांततास्थापनेचे आवश्यक कार्य लांबणीवर पडेल. या संभाव्य संकटावर एकच उतारा आहे, असं मला वाटतं. तो म्हणजे शांततेच्या काळात या यांत्रिक साधनांचा सद्‌भावपूर्वक उपयोग करणे. निरनिराळ्या राष्ट्रात सलोखा वाढेल, त्यांना एकमेकांच्या अंतरंगाची चांगली ओळख होईल, अशा रीतीने रेडिओचा उपयोग करणं. असं काही झालं, तरच युद्धाची होळी पेटवून तिच्यावर आपली पोळी भाजून घेणाऱ्या मुत्सद्द्यांच्या कृष्ण कारवायांना आळा पडू शकेल.

गेल्या महायुद्धात फ्रेंच व रशियन लोकांविषयी सर्वसामान्य जर्मन माणसाच्या काय काय समजुती करून देण्यात आल्या होत्या, ते तुम्हांला ठाऊक आहे ना?

प्रत्येक जर्मन मनुष्याला वाटत होतं – सारे रशियन लोक अगदी अडाणी, रानटी, नरपशू आहेत! इंग्रज म्हटला की तो लुच्चा असावयाचाच! दुकानदाराचं काळीज घेऊन त्यातूनच देवानं त्यांचं हृदय घडविलं आहे! कोणीही फ्रेंच मनुष्य घ्या – तो दुर्गुणी आणि दुबळा असलाच पाहिजे!

याच वेळी इतर लोक जर्मनीची जी चित्रे काढीत होते, ती तरी काय कमी काळीकुट्ट होती म्हणता? छे! शत्रू म्हटला की, तो दुष्ट आणि क्रूर असलाच पाहिजे, असा त्यांचाही दंडक ठरून गेल्यासारखा होता!

या सर्व अनर्थाचं मूळ एकाच गोष्टीत आहे, असं मला वाटतं– ती म्हणजे सर्वसामान्य माणसाच्या आत्म्याची बधिरता! जगातील बहुतेक लोक कल्पनाशून्य असतात. त्यांना सहजासहजी दुसऱ्याशी समरस होताच येत नाही. दुसऱ्यांच्या दुःखांची जर त्यांना कल्पना करता आली असती, तर त्या दुःखांना निदान आपण कारणीभूत होऊ नये, असं त्यांना वाटल्यावाचून राहिलं नसतं!

एक फ्रेंच आई घ्या आणि एक जर्मन आई घ्या. या दोघींचं मातृहृदय निरनिराळं असतं? पण महायुद्धाच्या वेळी त्या एकमेकींना कट्टर शत्रू मानूनच वागत होत्या ना? आपल्या मुलांनी दुसऱ्यांच्या मुलांचा जीव घ्यावा, अशी देवाची प्रार्थना करण्यापर्यंत त्यांची मजल गेली होती ना? हा वैरभाव त्यांच्यात कुणी निर्माण केला? त्यांना सत्याची हाक ऐकू येऊ नये, म्हणून खोट्या देशभक्तीचे आणि पोकळ राष्ट्रवादाचे नगारे वाजविणारे मुत्सद्दीच या पापाला जबाबदार आहेत.

अशा अनर्थांना आळा घालणं, हे रेडिओचं खरं कार्य आहे. फ्रान्स आणि जर्मन या दोन्ही देशांतल्या जनतेला आपली सुखदुःखं सारखीच आहेत ही गोष्ट पटवणं मोठीशी कठीण गोष्ट नाही. या दोन्ही देशांतल्या सामान्य माणसांचे दररोजचे आनंदाचे अनुभव आणि त्यांच्या दैनंदिन अडचणी यांत विशेष असा काय फरक असणार आहे? दोघांनाही करांचा बोजा सारखाच जड वाटत असतो. मर मर काम करावं एकानं आणि त्याच्या जीवावर मजा मारावी दुसऱ्यानं, ही विषमता दोन्ही देशातल्या लोकांना सारखीच जाचीत असते. याचा अर्थ उघड आहे. हे दोन देश निरनिराळे आहेत, असं भूगोलाच्या पुस्तकात छापलं असलं, तरी सर्वसामान्य माणसाच्या सुखदुःखांच्या दृष्टीनं पाहिले म्हणजे नकाशावरल्या या सीमा निरर्थक वाटू लागतात. दुःख आणि दारिद्र्य यांची कारणे सर्वत्र एकच असतात. ती राष्ट्रांच्या सरहद्दी कधीच ओळखत नाहीत.

पण ही इतकी साधी गोष्ट अजून लोकांच्या गळी उतरत नाही. खरोखर निरनिराळ्या देशातल्या लोकांना एकमेकांविषयी किती कमी माहिती असते!

आपण शाळेत जगाविषयी जे ज्ञान मिळवितो, ते किती उथळ आणि पूर्वग्रहमिश्रित असतं!

निग्रो मनुष्य म्हणजे अधूनमधून वाद्यवादन करणारा एक बेपर्वा काळा प्राणी यापलीकडे आमच्या कल्पनेची कधी मजलच जात नाही. ज्यू म्हटला की, लोकांकडून पैसे कसे उकळावयाचे याचा अष्टौप्रहर विचार करणारा एक हृदयशून्य मनुष्य एवढाच अर्थबोध आम्हांला होतो.

जगातल्या आपल्या बांधवांविषयीचं आमचं हे ज्ञान – याला ज्ञानापेक्षा अज्ञानच म्हटलेलं अधिक बरं – किती विकृत असतं! तसं पाहिलं, तर आफ्रिकेतल्या निग्रो लोकांच्या खऱ्याखुऱ्या जीवनाविषयी आम्हांला काय ाहिती आहे? अमेरिकेत त्यांनी सामाजिक विषमतेविरुद्ध जे लढे लढविले, त्यांची आम्हांला कितीशी कल्पना आहे? राज्यघटनेत निग्रोंना दिलेला हक्क धाब्यावर बसवून उत्तर अमेरिकेतील काही संस्थानं अद्यापही त्यांना मतदान करू देत नाहीत. हे कुणाला ठाऊक आहे? पोलंडमधले अनेक ज्यू सावकारी करीत नसून कारागीर आणि कामगार आहेत. पण हे लक्षात कोण घेतो?

इतर देशांतील लोकांचं आमच्याविषयीचं ज्ञानही इतकंच अगाध आहे. फ्रान्समध्ये अमेरिकन विद्यार्थ्यांनी मला विचारलेले दोन प्रश्न सांगतो. पहिला – जर्मनीत शाळेत जाणाऱ्या लहान मुलांना न्याहारीच्या वेळी बीर प्यायला देतात हे खरं आहे काय? दुसरा – बव्हेरियन लोक जर्मन भाषाच बोलतात का?

राष्ट्राराष्ट्रांमध्ये उभ्या असलेल्या अज्ञानाच्या या प्रचंड भिंती आपल्याला जमीनदोस्त करायच्या आहेत. या बाबतीत रेडिओचा केवढा तरी उपयोग होऊ शकेल!

इतर देशांच्या चढेल आणि भांडखोर धोरणाविषयी आपण वर्तमानपत्रातून वारंवार काहीना काही वाचत असतो, पण तिथल्या जनतेच्या शांततेविषयीच्या उत्कट इच्छेचा मात्र आपल्याला कुणीच कधी परिचय करून देत नाही. इंग्लंड व फ्रान्स या देशांतली अशा प्रकारची निदर्शनं जर्मन जनतेच्या नजरेला आणली, तर किती बरं होईल!

रेडिओसारख्या नव्या यांत्रिक साधनाचा जगानं धडाडीनं आणि सद्भावनेनं उपयोग केला, तरच हे घडू शकेल. मानवतेच्या पुनरुज्जीवनाकरिता परिश्रम करणाऱ्या प्रामाणिक लोकांच्या हातातच हे साधन असायला हवं. तरच यंत्र हा मनुष्याचा शत्रू नसून मित्र आहे, अशी जगाची खातरी होईल.

३५

प्रिय टेसा,

व्हेनिसहून तुझं पत्र आल्यापासून मी एकसारखा एकाच गोष्टीचा विचार करीत आहे. ती कुठली हे तुला ओळखता येईल का? सांग पाहू?

व्हेनिसमध्ये समुद्रकाठी स्वच्छंदाने तू जो काळ घालविला असशील, त्याचे मोहक सौंदर्य आणि त्याची स्वैर रम्यता ही तुझ्या पत्रात जणू काही प्रतिबिंबित झाली आहेत. वायुलहरीवरून गोड गाण्याची लकेर किंवा सुंदर सुमनाचा सुगंध यावा ना? तसा तुझा सारा आनंद तुझ्या पत्रातून माझ्यापर्यंत येऊन पोहोचला. त्याने माझे मन कसे मोहून, भारून, अगदी वेडे करून सोडले आहे याची तुला कल्पनाही करता येणार नाही.

मात्र राहून राहून एक शंका माझ्या मनात येते. रमणीय निसर्गाच्या सान्निध्यात तू जशी सुखी होतेस, त्याच्याशी समरस होऊन तू जशी स्वत:ला विसरून जातेस, तसे यापुढे मला होता येईल काय? अशा वेळी माझ्या आत्म्याला टोचणाऱ्या सर्व शल्यांचा मला विसर पडेल काय? तुरुंगाच्या या भिंतीत अनेक नव्या जाणिवांच्या भाराने माझे मन कसे जड होऊन गेले आहे! त्याचा हा भार हलका झाल्याशिवाय तुझ्याप्रमाणे मला रमतगमत सृष्टीशी एकरूप होता येणार नाही. मी कितीही आनंदी वातावरणात असलो, तरी पायात सलणाऱ्या काट्यांच्या टोकाप्रमाणे माझ्या मनाची रुखरुख थांबणार नाही.

तुरुंगात मनुष्य अगदी अगतिक होऊन जातो. त्यामुळे मला इथे बसून या बाबतीत काहीच करता येत नाही, पण दररोज माझे न्यायाधीश असणारे एक मन दुसऱ्या मनाला आरोपीच्या पिंजऱ्यात उभे करून विचारते, 'काय केलंस तू आज? मित्र म्हणून ज्यांच्यापुढं तू आपलं हृदय उघडं करीत आलास, ज्यांच्या खांद्याला खांदा लावून तू लढत आलास; त्यांच्या तुझ्याविषयी ज्या अपेक्षा आहेत त्या सफल होण्यासारखं उभ्या दिवसात तू काय केलं आहेस?'

माझी आजची जबाबदारी फार मोठी आहे. सामान्यत: समाजात पुस्तकाचा जो उपयोग मानला जातो, त्यापेक्षा माझ्या लेखनाचे कार्य निराळे आहे. त्याचे ध्येय भिन्न आहे, क्षेत्र विशाल आहे. मूठभर लोकांच्या क्षणिक मनोरंजनापेक्षा माझे लिखाण लाखो लोकांच्या अंत:करणापर्यंत जाऊन कसे पोचेल याचाच मी अधिक विचार करीत असतो. या जबाबदारीच्या जाणिवेने कित्येकदा मी इतका अस्वस्थ होतो की–

चार महिन्यात मी तुरुंगातून बाहेर पडेन. मात्र आता आपली लवकरच

सुटका होणार आहे या कल्पनेने मला रात्री गाढ झोप लागत असेल अशी तुझी कल्पना झाली असली, तर ती सर्वथैव चुकीची आहे. आताशी रात्री क्वचितच माझा डोळ्याला डोळा लागतो. कितीतरी वेळ मी जागाच असतो. मध्यरात्रीच्या त्या विचित्र एकांतात विचार करकरून माझे शरीर कसे गळून जाते – मन दुःखाने व्याकूळ होते.

टेसा, केवळ आळसामुळे तू आपल्याभोवती घडणाऱ्या अनेक घडामोडींत घालावे तितके लक्ष घातलेले नाहीस. कलानिर्मितीचा, स्वच्छंद चिंतनाचा आणि आपले आवडते काम करण्याचा आनंद गेली पाच वर्षे तू स्वत: उपभोगला आहेस. पण त्या आनंदाला जे पारखे झाले आहेत, त्यांच्या अंतरंगात तू कितीशा आपुलकीने डोकावून पाहिले आहेस? यासंबंधीचे तुझे ज्ञान किती उथळ आहे, तुझी सहानुभूती किती निर्जीव आहे.

खरे सांगू? निष्क्रिय वाचाळपणाचा मला आता अगदी वीट आला आहे. आज आपल्या देशाला कृतीची आवश्यकता आहे; शब्दांची नाही. शब्द जीवनाची शोभा वाढवीत असतील, पण कृतीवाचून जीवन निष्प्राण होत जाते हे मी विसरू शकत नाही. पुष्पमाळांनी शृंगारलेल्या प्रेताकडे पाहून कुणाला आनंद होईल काय? नुसते सुंदर शब्द मला तसेच वाटतात.

मात्र आजकाल असंख्य लोक शाब्दिक ध्येयाचीच पूजा बांधण्यात मग्न झालेले दिसतात. पूजेकरिता एखादा खोटा देव संग्रही असल्याशिवाय त्यांना करमतच नाही असे मला वाटते. अशा एखाद्या बेगडी मूर्तीची शाब्दिक उपासना केली नाही, तर त्यांना आत्मवंचनेचे समाधान कसे मिळणार?

जीवनातली अत्यंत महत्त्वाची गोष्ट म्हणजे असल्या बेगडी मूर्तींच्या पूजेपासून अलिप्त राहण्याचे माणसाचे मानसिक सामर्थ्य हीच होय. आयुष्यातल्या असत्य पण अपरिहार्य गोष्टी म्हणून आपण खोट्या देवांची प्रतिष्ठापना करतो; शाब्दिक ध्येयांचा बडिवार माजवितो. पण त्यामुळेच शेवटी मनुष्य आपला आत्मा गमावून बसतो. देवावर श्रद्धा असूनही उपासनेकरिता ज्याला त्याच्या मूर्तीची जरुरी लागत नाही त्याचीच भूमिका अत्यंत उच्च, पवित्र आणि प्रामाणिक असते असे मला वाटते. ज्याच्या अंगात हे सामर्थ्य आहे तोच या जगात खऱ्याखुऱ्या अर्थाने स्वतंत्र होऊ शकतो.

■

तुरुंगातील पत्रे

भाग : तीन

●

जयप्रकाश नारायण

यांस

●

१

प्रिय टेसा,

तू एव्हाना स्वित्झर्लंडला परत आली असशीलच! मधूनमधून मला तुझा किती
हेवा वाटे म्हणून सांगू! याचा अर्थ तुझ्या सुखाविषयी माझे मन कुरकुर करीत होते
असा मुळीच नाही. पण स्वच्छंदाने प्रवास करणाऱ्या मनुष्याविषयी तुरुंगातल्या कैद्याच्या
मनात क्षणभर असूया निर्माण होणे अस्वाभाविक नाही हे तूही कबूल करशील!
आणि तो प्रवास तरी कुठला? तर इटलीसारख्या यक्षभूमीतला. इटली हा शब्दच
मोठा अद्भुतरम्य आहे; नाही? तो इथे स्वतःशी उच्चारण्याचे साहस मी सहसा
करीत नाही. माझ्या ओठांवर तो अगदी अस्फुटपणे तरळला, तरीसुद्धा तुरुंगातली
ही कोठडी क्षणार्धात स्वर्गीय संगीताच्या सुरांनी भरून जाते.

तुम्हांला तिकडे कदाचित परक्या-परक्यासारखे वाटत असेल! तिथे थंडीचाही
कडाका असेल. तसे असेल, तर वेळ मजेत घालवायची एक युक्ती मी तुला
सांगतो. तू आणि डोरा माझे एक आवडते पुस्तक वाचायला लागा. त्या
पुस्तकाचे नाव 'कॉन्डोट्टेरीचा प्रवास!' तुला ते ठाऊक आहे काय? ते वाचताना
तास न् तास आपण इटलीतच फिरत आहो असा तुला भास होईल. त्याच्या
सहवासात तुम्ही तिथे घालविलेला रम्य काळ तुमच्यापुढे मूर्तिमंत उभा राहील.
ते तिथले सारे सौंदर्य तुम्हांला पुन्हा साकार करून दाखवील. निदान माझा तरी
असा अनुभव आहे. या पुस्तकानेच तुरुंगातल्या माझ्या या रूक्ष कोठडीतसुद्धा
राजवाडे, धर्ममंदिरे आणि सुंदर उद्याने निर्माण केली.

तू पाठविलेल्या चित्राबद्दल मी तुझे मनःपूर्वक आभार मानतो. त्यातल्या
लिप्पीच्या मॅडोनावरून अगदी जीव ओवाळून टाकावा असे मला वाटते. त्याने
चित्रित केलेल्या चेहऱ्यात किती साधेपणा आणि गोडवा भरला आहे! ते किंचित
भयभीत झालेले आणि थोडे पुढे आलेले निष्कपट ओठ– मातृवात्सल्याने
भरलेले शब्द आपणाला अगदी अचानक उच्चारावे लागणार आहेत याची
त्यांना कल्पनासुद्धा नाही! मी ते चित्र माझ्या लिहिण्याच्या टेबलावर ठेवले
आहे. पुन्हापुन्हा मी त्या चित्रातल्या मॅडोनाकडे पाहत बसतो. ती मात्र माझ्याकडे
कधीच बघत नाही. तिच्या त्या सुखी, निष्काळजी मुद्रेकडे पाहून माझ्या चेहऱ्यावर
नकळत स्मित उमटते.

माझा प्रकाशक मला इथून काही दिवस सुट्टी मिळते की काय हे पाहत
आहे. सध्या रॉथ न्यायमंत्री आहे. त्यामुळे त्याचा प्रयत्न यशस्वी होण्याचा संभव
आहे असे म्हणायला हरकत नाही. ओ हो! तुरुंगाबाहेरच्या जगात थोडे दिवस
भटकायला मिळाले, तर काय बहार होईल! इथे कारागृहात महिन्यांमागून महिने

निघून जातात. पण त्या जाणाऱ्या काळाला कुठलेही रंगरूप नसते.

तुरुंगात प्रत्येक मनुष्याची आत्मज्योती मंद होत जाते. पुढे पुढे आपला चेहरा कसा होता याचीसुद्धा त्याला आठवण राहत नाही. तो आपले वयही विसरून जातो. तो एका भयाण, अंधेऱ्या, काचेचे एकही तावदान नसलेल्या घरात अष्टौप्रहर राहतो म्हणेनास? त्याचे मन कधीच मरून गेलेले असते! आणि म्हणूनच त्याचे शरीर मृत्युमुखी पडू शकत नाही!

राजबंदी पुस्तके क्वचितच वाचतात. त्यांच्या दृष्टीने सारे जग शुष्क नि नीरस होऊन गेलेले असते. पुस्तक हातात घेते वेळी त्याचे प्रत्येक पान जणू काही हिमलाटेने गोठून गेले आहे असा त्यांना भास होतो. त्यातला प्रत्येक शब्द त्यांना अर्थशून्य वाटू लागतो. ते एकमेकांशी अवाक्षरसुद्धा बोलत नाहीत.

कोठड्यांमधल्या अरुंद अंधेऱ्या वाटेने चालताना आपले लांब केस मोकळे सोडून शून्य दृष्टीने ते पावले टाकीत असतात. आपल्या शेजारचा मनुष्य उभ्या उभ्याच मेला किंवा काय याची सुद्धा त्यांना दाद नसते.

हे वर्णन किती खरे आहे! रिल्कचे स्टडेनबच तू अवश्य वाच! शांत निवांत अशा वेळी ते वाचताना भोवतालचा कोलाहल नाहीसा होऊन आपल्याभोवती गंभीर शांती पसरत आहे असा तुला अनुभव येईल. साधीभोळी धर्मनिष्ठ माणसे आपल्या नित्यपठणातल्या बायबलवर किती प्रेम करतात! मलासुद्धा हे पुस्तक तितकेच आवडते.

टेसा, इथला आयुष्यक्रम आता अगदी कंटाळवाणा किंबहुना भेसूर झाला आहे. गप्पागोष्टी करण्याची इच्छासुद्धा फार थोड्या लोकांना होते. नॅनसेनच्या पुस्तकांतला एक विलक्षण अनुभव तू वाचला आहेस काय? त्याचे जहाज कित्येक महिने बर्फात अगदी रुतून – जणू काही गोठून बसले होते. त्या जहाजातल्या माणसांनी एकमेकांचे भीतिग्रस्त चेहरे पाहून आपली मने हताश होऊ नयेत म्हणून ते कापडाने झाकून घेतले होते. डोळ्यांकरिता दोन भोके तेवढी त्या कापडाला ठेवली होती. बाकी सारा चेहरा बुरख्याने झाकलेला. तुरुंगात माणसांची अशीच स्थिती होते. त्यांना जीवनाचा अगदी उबग येतो. जगण्याची इच्छाच नाहीशी होऊ लागते. एकमेकांच्या सान्निध्यात दुःख विभागले जाण्याऐवजी ते वाढतच आहे असे वाटू लागते.

माझ्या कोठडीत दोन सोबती आहेत. अगदी शांत उद्योगपूर्ण असा आमचा आयुष्यक्रम आहे.

पण सर्वसामान्य कैद्यांमध्ये द्वेष धुमसत आहे असा मला नेहमी अनुभव येतो. द्वेषाची कल्पनाच माझ्या मनाला कशीशी – अगदी अमंगळ वाटते. त्यांच्यापेक्षा माझी मनोवृत्ती इतकी निराळी का व्हावी हा खरोखरच विचार करण्याजोगा प्रश्न आहे!

माणसाची राजकीय मते एक असली म्हणून काही शिक्षण व संस्कार यांच्यामुळे निर्माण झालेले भेद नाहीसे होत नाहीत! उलट माणसे एकमेकांच्या अगदी जवळ आली म्हणजे हे भेद तीव्रतेने जाणवू लागतात. विषम समाजरचनेने ज्याला बौद्धिक आणि आत्मिक संस्काराचा लाभ होऊ दिलेला नसतो, तो अशा प्रकारचे शिक्षण मिळालेल्या मनुष्याचा द्वेष करू लागतो. बुद्धिजीवी माणसाचा द्वेष आता विचारावर किंवा तर्कशुद्धतेवर अवलंबून असणारी गोष्ट राहिली नाही. ती जन्मजात प्रेरणाच होऊ पाहत आहे!

ज्याला खूप वस्तू, अधिक पैसे, जास्ती कपडे आणि पुष्कळ पुस्तके मिळू शकतात किंवा इतरांना न जमणारे काम करून जो पैसा मिळवितो, त्या मनुष्याचाही इथे द्वेष केला जातो. आपल्याला मिळालेल्या वस्तू त्याने आपल्या सोबत्यांना वाटून दिल्या तरीसुद्धा त्याला कुणी चांगला म्हणायला तयार होत नाही.

आपसातल्या या द्वेषाचे आणखी एक कारण आहे. ते म्हणजे क्रांतिकारक संस्थांतले निरनिराळे गट हे होय!

मॉस्कोकडून पुढे करण्यात आलेल्या एकवीस मुद्द्यांभोवतीच इथे पुष्कळशी रणे माजतात. या मुद्द्यांचे पुरस्कर्ते बाहेरच्या चळवळीत आपल्या विरोधकांशी ज्या वृत्तीने वागत होते, त्याच तऱ्हेने इथेही वर्तन करतात. त्यांच्या या वागण्याच्या पद्धतीची तुला वर्तमानपत्रावरून कल्पना आलीच असेल!

पण या सर्वांपेक्षाही महत्त्वाचे कारण म्हणजे भावनांवर ताबा राहणे अशक्य झाल्यामुळे वेळी-अवेळी होणारा त्यांचा उच्छृंखल आविष्कार हे होय. कारागृहात एक नवाच मनोगंड कैद्यांच्या ठिकाणी उत्पन्न होतो. या विकृतीने माणसाचे आत्मे कसे भग्न आणि शून्य होऊन जातात हे पाहिले म्हणजे अंगावर काटा उभा राहतो. या विकृतीच्या प्रदर्शनातला एक अत्यंत किळसवाणा भाग मी विसरूनच गेलो होतो. कोणत्याही क्रांतीत नाना प्रकारचे लोक कळत नकळत ओढले जातात. त्यांपैकी अनेकांना तिच्याविषयी मुळीच सहानुभूती नसते. पण कुणी साहसी वृत्तीमुळे, कुणी गोंधळलेल्या मनःस्थितीत, कुणी केवळ आपल्याला गाजवायला मिळणार या आनंदामुळे, कुणी आपले ध्येय आपल्याला सापडले अशा भ्रमात क्रांतीच्या पथकात दाखल होतात. कित्येक माणसे इतक्या स्वार्थी आणि घाणेरड्या हेतूंनी क्रांतीच्या चळवळीत सामील होतात की, त्यांचा उल्लेख करणेसुद्धा माझ्या जिवावर येते.

तुरुंगात ही सारी माणसे भयंकर होऊन बसतात. आपणच खरे क्रांतिकारक आहो हे दाखविण्याकरिता ती वेळी-अवेळी जहाल भाषणे करू लागतात. साधे, सच्चे, सरळ मनाचे, नाकासमोर जाणारे, क्रांतीचे पाईक त्यांच्या या भडक शब्दांनी भारले जातात. ते त्यांचाच पाठपुरावा करतात. त्यामुळे या भडकलेल्या

शब्दशूरांना विरोध करणेसुद्धा मोठे कठीण होऊन बसते. या क्रांतिवीरांना प्रत्येक दिवशी काहीतरी भयंकर खळबळ उडविणारे घडावे अशी इच्छा असते. विवेकी आणि संयमी माणसावर ते आपल्या पक्षाचा विश्वासघात केल्याचा आरोप करून मोकळे होतात. मात्र अधिकाऱ्यांशी वागताना त्यांचा हा जहालपणा कुठल्याकुठे मावळून जातो! त्यांच्यापुढे ही माणसे लाचार बनतात, अजीजीने बोलू लागतात. केवळ गैरसमजामुळे, दुर्दैवी योगायोगामुळे आपल्याला तुरुंगात यावे लागले असे ते अधिकाऱ्यांना भासवितात. कैद्यांमध्ये जे-जे काही घडते, त्याच्या चुगल्या करायलाही हे प्राणी कमी करीत नाहीत. तुरुंगाच्या नियमांचा कुणाकडूनही एवढा तेवढासा भंग झाला, तरी त्या गोष्टीला तिखटमीठ लावून आणि विकृत रूप देऊन ही मंडळी अधिकाऱ्यांच्या नजरेला ती आणतात. मात्र अधिकारी कितीही सहानुभूतिशून्य असले, तरी क्षुद्र चहाडखोराविषयी त्यांना आदर वाटणे शक्य नाही हे या शूरांच्या लक्षात कधीच येत नाही!

ही मंडळी सुटून बाहेर पडल्यावर मग तर त्यांच्या लीलांना ऊतच येतो. मोठ्या हिरीरीने हे लोक प्रतिगामी लोकांच्या पलटणीत दाखल होतात. कुठले तरी एखादे भिकारडे वर्तमानपत्र त्यांची मते छापू लागते. जणू काही असल्या बेगडी शूरांच्या बुद्धीवरच जगाचा गाडा चालत असतो! असल्याच एका वर्तमानपत्रात परवा खालील आत्मचरित्रपर घोषणा आली होती– 'आजपर्यंत मोठ्या गोंधळात मी माझे मानसिक जीवन कंठीत होतो. आता कुठे माझे मन शांत झाले आहे. समाजवाद हा जनतेला मिळालेला भयंकर शाप आहे. मोठमोठे क्रांतिकारक कार्यकर्ते आणि पुढारी दुरून आपल्याला बडे वाटतात. पण त्यांचे मुखवटे एकदा दूर करून पाहा– जिथे पाहावे, तिथे बडे घर आणि पोकळ वासा!'

दुसऱ्याने दुसऱ्या एका वर्तमानपत्रात खरडलंय– 'समाजवादी लोक मला विश्वासघातकी म्हणतील हे मी जाणून आहे. पण मी तो माझा बहुमान आहे असे समजेन.' हे लिहिणारा मनुष्य इथे नऊ महिने तुरुंगात होता. आता बाहेर पडल्यावर तो समाजवादी कार्यकर्त्यांना ठेचून काढण्याच्या पवित्र कार्यात गुंतलेला आहे. तुरुंगातून पळून जाण्याच्या आरोपाचे निमित्त करून माणसांना गोळ्या घालण्याचे वीर कृत्य करावे आणि आपले नाव गाजवावे अशी उत्सुकता त्याला लागून राहिली आहे. याच मनुष्याला मागे एकदा मला आवरावे लागले होते. आमच्यावरल्या मुख्य वॉर्डरच्या अंगावर चित्त्याप्रमाणे उडी घालून एका क्षणात त्याचा निकाल लावायला तो तयार झाला होता!

तू सध्या वर्तमानपत्रे वाचतेस काय? का आमच्याविरुद्ध जी विषारी टीका सुरू आहे, ती वाचण्याइतके तुला या गोष्टीचे महत्त्व वाटत नाही? माझे हे पत्र सेन्सॉरच्या नजरेतून सुखरूप सुटल्यावर तुझ्याकडे जाणार म्हणून मॉस्कोच्या

एकवीस मुद्द्यांसंबंधाने आमचे काय मतभेद आहेत, ते आम्हांला अनर्थकारक का वाटतात, हे मला या पत्रात लिहिता येत नाही.

एश्चिलसचे 'प्रॉमीथिअस् व्हिक्टस्' मी नुकतेच वाचले. किती विशाल, प्रभावी आणि शक्तिशाली काव्य आहे ते! या महाकवीशी तुलना केली म्हणजे आम्ही सारे किती सामान्य दिसतो, किती क्षुद्र ठरतो!

२

प्रिय,

प्रतिगामी लोकांचा विजय होऊन शेवटी 'मासेस ॲण्ड मॅन' या नाटकाचा पहिला प्रयोग कामगारसंघांच्या पुढे खासगी रीतीने करावा लागला. तो अतिशय यशस्वी झाला असे मी ऐकतो. हे यश म्हणजे माझा फार मोठा सन्मान आहे. ती मला मिळालेली मौल्यवान भेट आहे. युद्धकाळात आपल्या तुंबड्या भरणाऱ्या बड्या धेंडांपुढे किंवा केवळ दोषैकदृष्टीने पाहणाऱ्या तथाकथित बुद्धिमंतांच्या पुढे तो न होता जर्मनीतल्या कामगारांच्यापुढे झाला. दुसऱ्या कुठल्या नाटककाराच्या वाट्याला हे भाग्य आले आहे?

मानवी जीवनातल्या कुठल्याही दुःखाकडे लेखकाला डोळेझाक करता येणार नाही. मग ते दुःख मध्यमवर्गाचे असो अथवा श्रमजीवी जनतेचे असो. आयुष्यातल्या दुःखाकडे पाठ फिरवून उभा राहणारा लेखक हा केवळ कर्तव्याच्याच नव्हे, तर कलेच्याही दृष्टीने भ्रष्ट होतो. मात्र वाङ्मयाने श्रमजीवी वर्गाची दुःखे चित्रित केली पाहिजेत याचा अर्थ त्याने समाजवादी पक्षाचे ठराव लोकांच्या माथी मारावेत असा मुळीच होत नाही. पक्षाच्या ठरावांचा प्रचार करणे हे काम कार्यकर्त्यांचे आहे. श्रमजीवी वर्गाच्या नाटकात माणसांचे मनोविकार शुद्ध करण्याची शक्ती हवी. आपण गुलाम राहणार नाही, अशी रूढ इच्छा त्यांच्या मनात त्या वाङ्मयाने निर्माण करायला हवी.

३

प्रिय टेसा,

तुझे पत्र हातात पडल्यापासून जणू काही माझे मन संगीतलहरींवर तरंगत आहे. माझ्याशी बोलणारा प्रत्येक मनुष्य गात आहे असा मला भास होत आहे.

जुडग्यातल्या किल्ल्यांचा किणकिणाट घंटानादासारखा मला मंजुळ वाटतोय! समोरच्या लोखंडी गजांचेसुद्धा मधुर स्वरात रूपांतर होतंय!

माझी ही भावनावशता पाहून तुला हसू येईल. उठल्या-सुटल्या प्रत्येक गोष्टीचे काव्य करणाऱ्या माणसाची छाया आज माझ्यावर पडली आहे असे तुला वाटेल. पण खरे सांगू? कित्येक आठवडे... छे! अनेक महिने मी अगदी रूक्ष होऊन गेलो होतो. माझ्या अंत:करणात नाजूक पावलांनी प्रवेश करणाऱ्या कुठल्याही काव्यमय कल्पनेचा माझा मलाच विलक्षण राग येत होता. माझ्या भावनांचा हा कोंडमारा आज संपला. त्यांना मी आज अगदी स्वैर सोडले आहे.

माझ्या या पत्राबरोबर इथल्या अंगणातील रानफुले आणि तृणांकुर भेट म्हणून मी तुला पाठवीत आहे. ती माझ्या वतीने तुझे स्वागत करतील. तू जर्मनीत आली आहेस या विचाराने माझ्या मनाला मोठा धीर यावा ही किती नवलाची गोष्ट आहे! तसे पाहिले, तर पूर्वीही तू काही फार लांब नव्हतीस! आपल्यामध्ये फक्त एक सरहद्द होती. पण देशांच्या या कृत्रिम मर्यादेने आपल्या भावनांत किती अंतर पडते; नाही?

मला भेटण्याची परवानगी तुला मिळावी असा अर्ज मी पाठविला आहे. हा अर्ज नामंजूर होईल अशी ओझरती कल्पनासुद्धा मला रुचत नाही. आपणाला कित्ती कित्ती बोलावयाचे आहे. माझा दृष्टिकोण सहानुभूतीने समजून घेणारी, माझ्या सर्व गोष्टी सुव्यवस्थित असाव्यात आणि त्या मला सुखकारक व्हाव्यात म्हणून धडपड करणारी, आपल्या उपदेशाने माझ्या वाङ्मयाला आणि जीवनाला वळण लावणारी तुझ्याशिवाय दुसरी कुठली व्यक्ती जगात आहे?

आणि म्हणून तुझ्या या भेटीची परवानगी... छे! तो विचारच मनाला सहन होत नाही. तू येशील... खातरीने येशील...

४

प्रिय टेसा,

दोन दिवसांपूर्वी अंगणात एक फिंच पक्षी माझ्या दृष्टीला पडला. यंदाचा पहिला पक्षी होता तो! गवताने आच्छादिलेल्या जागेवर तो बसला होता. आपला चिमुकला शेपटा हलविण्याचा त्याचा तो लाडिक चाळा, आपले इवलेसे सुंदर रंगीत पंख फडफडविण्याची त्याची ती ऐट– किती मोहक दृश्य होते ते! मी हळूहळू त्याच्याजवळ गेलो; तरी स्वारी अगदी स्वस्थ बसली होती. जणू काही एखादा समाधिस्थ योगीच! मी जेव्हा त्याच्याशी लगट केली,

तेव्हा कुठे त्याला माझ्या अस्तित्वाचा पत्ता लागला. मात्र मला पाहून तो भुर्रकन दूर उडून गेला नाही. किंचित आळसटपणाने पलीकडे उडी मारून तो बसला. मी हळूहळू त्याच्याजवळ जावे व त्याने टुणकन उडी मारून थोडे दूर व्हावे असे कितीतरी वेळ चालले होते. जणू काही आम्ही दोघांनी एखादा गमतीदार खेळ खेळायचेच ठरविले होते. कदाचित मला सतावून सोडण्याकरिताही ती स्वारी अशी वागली असेल! साऱ्या अंगणभर आमचा हा पाठशिवणीचा खेळ चालला होता. त्या चिमण्या जीवाने मला किती आनंदित केले म्हणून सांगू! ते पाखरू तुझ्याकडून, दक्षिणेकडल्या सूर्यप्रकाशात न्हाणाऱ्या रम्य प्रदेशातून आमच्या या धूसर, नीरस आणि धुक्याने भरलेल्या भूभागात आले होते. महिनेच्या महिने मी उदासवाण्या आकाशाकडे पुन:पुन्हा रूक्ष, निराश दृष्टीने पाहत होतो. अशा मन:स्थितीत मला आशेचा पहिला किरण या चिमण्या पाखराने दाखविला. मी आनंदाने अगदी बेहोष होऊन गेलो. निरभ्र नील आकाश आणि सुंदर सूर्यप्रकाश यांचे आपल्याला लवकर दर्शन होणार या कल्पनेने माझ्या अंगावर आनंदाचे रोमांच उभे राहिले.

गेला हिवाळा मला फार लांबट वाटला. काही केल्या तो संपता संपेना! लख्ख ऊन पडले आहे असा एकही दिवस या हिवाळ्यात उगवला नाही. किंबहुना ओझरते सूर्यदर्शन झाले असे उणेपुरे दहा दिवससुद्धा आम्हांला या तीनचार महिन्यात लाभले नाहीत. डॅन्यूब आणि लेच यांच्यामधल्या ओसाड माळावर आम्ही राहत आहोत. एवढ्यावरून तुला इथल्या हवेची चांगली कल्पना येईल. या हिवाळ्याइतका कंटाळवाणा काळ मी कधीच अनुभवला नव्हता!

पण आता हे सारे लवकरच बदलेल. मार्चचे दोन आठवडे मागे पडले. वसंताचे आगमन सूचित करणारे पहिलेवहिले फूल मला कालच तुरुंगाच्या अंगणात मिळाले. धुके, बर्फ, पाऊस, कुंद हवा आणि सदैव अभ्राच्छादित असलेले आकाश यांना न जुमानता ते पृथ्वीच्या पोटातून मान वर करून पाहत होते. किती तरी वेळ मोठ्या स्नेहपूर्ण दृष्टीने मी त्याचे निरीक्षण केले. त्याच्या पाठोपाठ त्याचे आणखी एक भावंड वसंताच्या स्वागताकरिता हसत-हसत वर येत होते. धडधडत्या हृदयाने आणि हळुवार हाताने मी ते फूल खुडले. माझ्या पत्राबरोबर भेट म्हणून मी ते तुला पाठवून देत आहे.

सर्व सजीव सृष्टीविषयी माझे मन अधिकाधिक हळवे होत चालले आहे. बाळपणी आणि पुढे तारुण्यात पदार्पण केल्यावरही मला सशांची शिकार करण्याचे मोठे वेड होते. पण आता त्या गोष्टीची नुसती आठवण झाली, तरी माझ्या अंगावर शहारे उभे राहतात. त्यानंतर महायुद्ध सुरू झाले. महिनेच्या महिने मी रानावनात लपून काढले. तेव्हापासून पशुसृष्टी आणि वनस्पतिसृष्टी

यांच्याविषयी माझ्या मनात विलक्षण आपुलकीची भावना निर्माण झाली.

जवळजवळ वर्षापूर्वीची गोष्ट आहे ही! कित्येक दिवस मला काही करता येईना. झोपण्याचा कितीही प्रयत्न केला, तरी माझा क्वचितच डोळा लागे. उंदरांच्या एका शिकारीने माझे मन त्या वेळी विलक्षण अस्वस्थ करून सोडले होते. ही शिकार माझ्या सोबत्यांनी तुरुंगातल्या अंगणात केली होती. पाण्याने भरलेल्या बारड्यात पकडलेले सारे उंदीर त्यांनी बुडविले. ते दृश्य पाहून मी नुसता अस्वस्थ झालो असे म्हणणे चुकीचे होईल. माझ्या हृदयात एक तीव्र शल्य सलू लागले; एक विचित्र भावना माझे काळीज कुरतडू लागली. त्या दृश्याने मला दु:खी करून सोडले. माझी ही मन:स्थिती भावनाविवशतेतून उद्‌भवली होती असे मात्र तू मुळीच समजू नकोस. आता तर सजीव प्राणी आणि निर्जीव वस्तू यांच्यात माणसे इतका भेद का मानतात हेच मला कळत नाही! त्यांची ही वृत्ती पाहिली की मला हसू येते. दगडाला माणसाइतकेच, कुठल्याही प्राण्याइतकेच अंत:करण असते असे कुणी म्हटले, तर त्यात अतिशयोक्ती आहे असे मी कधीच म्हणणार नाही. बर्फाच्या चिमुकल्या तुकड्यात फुलांइतकेच जीवन जागृत असते असे मला वाटते. परवा 'बर्लिन इलस्ट्रेटेड'मध्ये मी काही चित्रे पाहिली. सूक्ष्मदर्शक यंत्रातून बर्फाचे पातळ तुकडे कसे दिसतील हे त्या चित्रात दाखविले होते. ओहो! किती सुंदर आकृती होत्या त्या! त्यांना कोण निर्जीव म्हणेल?

तू आपल्या पत्रात जो तातडीचा प्रश्न विचारला, त्याचे उत्तर न देताच मी हे सारे पुराण लिहीत बसलो आहे हे पाहून तुला थोडा राग आला असेल. म्हणून आता माझ्या प्रकृतीविषयीच लिहितो.

मला बरे वाटू लागले आहे. आता मला दिवसभर अंथरुणावर पडून राहावे लागत नाही. पण काम करण्याइतके त्राण मात्र अजून माझ्या अंगी आलेले नाही. शक्य तेवढी विश्रांती मला अजून घ्यावी लागते. संभाषणे आणि त्यापेक्षाही मनाला क्षुब्ध करणाऱ्या गोष्टी कटाक्षाने टाळाव्या लागतात.

हॅन्सने इथे माझी मोठ्या भक्तिभावाने शुश्रूषा केली. सोबत त्याने तुला लिहिलेले एक पत्र आहे. त्याची थोडी माहिती तुला लिहितो. म्हणजे तुला त्याचे पत्र अधिक गोड वाटेल. तो सुमारे सदतीस वर्षाचा आहे. गुन्हेगार म्हणून तुरुंगात त्याने सहा वर्षे काढली आहेत. कायद्याच्या दृष्टीने तो खुनी आहे; पण हा खून घडला मोठ्या विचित्र रीतीने. त्याचे ज्या मुलीवर प्रेम होते, तिचा एका मनुष्याने अपमान केला. हॅन्सचे आणि त्याचे मोठे भांडण झाले. दोघेही हातघाईवर आले. प्रत्येकाने आपला सुरा काढला. पण ऐन वेळी तो दुसरा मनुष्य कचरला. हॅन्सने मात्र वार केला आणि दुर्दैवाने तो वर्मी लागून तो मनुष्य

ठार झाला! त्यामुळे हॅन्सच्या कपाळी तुरुंगवास झाला. पण तुरुंगातही त्याचे मन उमदे आणि निकोप राहिले आहे. गुन्हेगारांच्या बाबतीत असा अनुभव क्वचितच येतो. कुठलाही गुन्हा हातून घडून माणसे तुरुंगात आली की ती हळूहळू मनाने क्षुद्र होऊ लागतात. ती चंचल बनतात. एकीकडे हांजीखोरपणा तर दुसरीकडे दुर्मुखलेपणा अशी त्यांची मने सदैव द्विधा झालेली असतात. कैदी म्हणून ही माणसे ठीक वागतात; पण जिवंत माणसे या दृष्टीने ती अधिकाधिक दुबळी व सत्त्वशून्य होत जातात. हॅन्स तसा नाही. तो जे-जे करतो, त्यामध्ये एक प्रकारचे नैसर्गिक वीरत्व असते. त्याच्याबरोबर बोलताना आणि काम करताना त्याच्या आत्म्याचा मृदुपणा पदोपदी माझ्या प्रत्ययाला येतो. ज्यांच्याविषयी त्याला विश्वास वाटत नाही, त्यांच्याशी तो अतिशय अबोलपणाने वागतो व त्यांच्यापासून शक्य तेवढा दूर दूर राहतो. पण जे आपले मित्र आहेत असे त्याला वाटते, त्यांच्याशी वागताना त्याचा प्रेमळ आत्मा मोठ्या सुंदर आणि स्वाभाविक रीतीने प्रकट होतो.

टेसा, जगातले सर्वांत मोठे पाप एकच आहे असे मला वाटते. ते म्हणजे मनुष्याच्या आत्म्याचा नाश करणे, त्याच्या मनातली प्रेम करण्याची शक्ती खच्ची करणे!

शाळेतल्या अभ्यासात तुझ्या मुलाची फारशी गती नाही असे तू लिहिले आहेस. नसेना! या गोष्टीला तू बिलकूल महत्त्व देऊ नकोस! हा त्याचा दोष नाही किंवा त्याच्या शिक्षकाचाही नाही. पोपटपंचीचे स्तोम माजविणाऱ्या उथळ पंडितांची व आपली जात एक नाही. त्याच्या अनेक गोष्टींवरून तो मोठा हुषार मुलगा आहे असे माझे मत झाले आहे. जीवनाशी त्याचे मन किती सहज रीतीने संलग्न होते! त्याच्याविषयी आणखी एक तक्रार तू आपल्या पत्रात केली आहेस. तो आपल्या विजारीला भोके पाडून घेतो, त्याचा चेहरा आणि हात अनेकदा धुळीने माखलेले असतात, वगैरे वगैरे... असल्या गोष्टींविषयी कष्टी होणे हे वेडेपणाचे लक्षण आहे. उलट तो असा स्वच्छंदीपणाने वागतो म्हणून तुला हर्षच व्हायला हवा! स्वत:कडे इतरांच्या दृष्टीने पाहणे किंवा लोक आपल्याकडे पाहत आहेत याची जाणीव होऊन एका विशिष्ट दृष्टीने वागू लागणे मुलांच्या विकासाला अनेकदा मारक ठरते. बालमनाला यापासून शक्यतो दूर ठेवले पाहिजे. असली जाणीव एकदा मुलाच्या मनात निर्माण झाली की त्याची स्वाभाविकता लोप पावते. त्याच्यातली एक अद्‌भुत शक्ती आपण हिरावून घेतल्यासारखे होते. ती आपणाला त्याला कधीच परत देता येत नाही, आणि मग त्या मुलामध्ये आपण ज्या गुणांचा विकास व्हावा म्हणून धडपडतो ते सगळे जगाच्या संमतीचा शिक्का छाप असलेले, पण अगदी निर्जीव असे सद्‌गुण ठरतात.

५

प्रिय,

आज तुम्हांला पत्र लिहिण्याऐवजी गेल्या काही दिवसांत सहज टिपून ठेवलेले माझे स्फुट विचारच कळवितो.

ज्ञानाचा कल सदैव अश्रद्धेकडे झुकतो. मात्र माणसाचे हृदय नेहमी श्रद्धावंतांचीच पूजा करीत असते.

सर्वसामान्य दृष्टीने जगाच्या व्यवहाराकडे पाहिले, तर त्याचे दोन घटक आहेत असे दिसून येईल. पहिला आत्म्याची शक्ती, आणि दुसरा त्याचा दुबळेपणा. माणसाची आंतरिक शक्ती हक्काने नव्या नव्या गोष्टींची मागणी करते. उलट त्याचा दुबळेपणा नीतिनियमांच्या पांघरुणाखाली आपले वागणेच बरोबर आहे असे सिद्ध करण्याचा अट्टाहास करीत असतो.

संकटांनी माणसे शहाणी होतात असे म्हणण्याचा प्रघात आहे. पण या उक्तीत फारच थोडे सत्य आहे. हालअपेष्टांनी माणसे बहुधा दुबळी आणि मूर्ख होत जातात. ज्यांच्या वाट्याला अखंड दुःख आहे, अशी राष्ट्रे आपल्यातल्या महात्म्यांचा वध करण्याइतकी पिसाट बनतात!

माणसाच्या अंगावर गणवेष चढविणे म्हणजे त्याला तुरुंगात घालण्यासारखे आहे. पण या बंधनाने तो दुःखी होतो असे मात्र मुळीच नाही. उलट या तुरुंगातच आनंद आणि स्वातंत्र्य यांचा लाभ होत आहे असा त्याला भास होत असतो.

एका बुद्धिजीवी मनुष्याने आपल्या कोटाला आणि विजारीला मोठमोठी भोके पाडून घेतली. आयुष्याला श्रमजीवी जीवनाचे वळण देण्याचा आपला हा प्रामाणिक प्रयत्न आहे असे त्याचे म्हणणे होते!

आकर्षक शाब्दिक घोषणा म्हणजे आपली अवलाद भराभर निर्माण करणारी भुतेच होत.

अवखळ आनंदाचे दोन प्रकार आहेत : पहिला वस्तुस्थितीच्या अज्ञानामुळे निर्माण होतो; दुसरा तिचे ज्ञान असले, तरी तिच्याविषयी बेफिकीर राहण्याच्या वृत्तीतून उत्पन्न होतो. या दुसऱ्या प्रकारात वेडसरपणाचा भाग निश्चित असतो.

६

प्रिय टेसा,

मी मनाने दुर्बळ होत चाललो आहे, तुरुंगवासाचा माझ्या आत्मशक्तीवर अनिष्ट परिणाम होत आहे, अशी तू क्षणभरही आपली समजूत करून घेऊ नकोस! या काळात मी शरीराने कृश झालो आहे हे खरे! पण मनाने? इथल्या अनुभवाने मी अधिक विचारी आणि अधिक शहाणा झालो आहे असे मला वाटते. अधिक विचारी म्हणजे थोडासा अधिक अश्रद्ध म्हणेनास! मनुष्याला जो-जो एखाद्या गोष्टीचे अधिक ज्ञान होत जाते, तो-तो त्याच्या आत्म्याचा उत्साह मंदावू लागतो की काय हा सध्या माझ्यापुढे एक प्रश्नच आहे! पण आपण दोघे भटकायला निघालो, तर माझा उत्साह पाहून तुला भीतीच वाटेल अशी माझी खातरी आहे. माझ्या अंगात कसले वारेबिरे तर शिरले नाहीना अशी शंकासुद्धा कदाचित तुझ्या मनामध्ये येईल. पण आपण इथे – या कारागृहात मात्र कधी कधी मी अगदी गळून जातो, उदासीन होतो. काही... काही करू नये असे मला वाटू लागते. तुरुंगात माणसांना कोंडवाड्यातल्या शेकडो जनावरांप्रमाणे एकत्रित राहावे लागते त्याचा हा परिणाम आहे. 'हाऊस ऑफ दि डेड' ही डोस्टोव्हेस्कीची कथा तू अवश्य वाच. तिच्यात एके ठिकाणी तो म्हणतो, 'आयुष्यातल्या इतर सर्व दु:खांपेक्षा कैद्याला अधिक असह्य वाटणारी गोष्ट म्हणजे सक्तीने एकत्र राहावे लागणे ही होय!'

गेल्या सात आठवड्यांत सूर्याचे ओझरते दर्शनसुद्धा आम्हांला झाले नाही. बाहेरचे निस्तेज धूसर आकाश तुरुंगातल्या कोठडीइतकेच माझ्या मनाचा कोंडमारा करीत होते. अंगणात शतपावली करायला गेलो, तरी लोखंडी गजांच्या पिंजऱ्यातून आपण बाहेर आलो आहो असे काही केल्या वाटतच नसे. अशा वेळी टिसिनोमधला वसंत आणि तिथला तो रम्य सूर्यप्रकाश यांची मला किती तीव्रतेने आठवण होई म्हणून सांगू! मला जर तिथे जाता आले, तर तुझ्याप्रमाणेच माझेही दिवस मी मोठ्या मजेत घालवीन. मग मी पुस्तकाला हातसुद्धा लावणार नाही! डोळ्यांची उघडझाप करीत एकसारखा सूर्यप्रकाशाकडे पाहत राहीन. पायाखाली पसरलेली विशाल पृथ्वी आणि वर विस्तारलेले अनंत आकाश ही माझी आहेत या एका भावनेत मी सारी... सारी शल्ये विसरून जाईन.

एके दिवशी विविध पुष्पांचा एक गुच्छ कुणीतरी मला पाठविला. तो पुढ्यात घेऊन किती तरी वेळा मी शांत मनाने, अगदी तृप्त हृदयाने त्याच्याकडे पाहत बसलो होतो. त्या फुलांचे मधुर संगीत ऐकता-ऐकता मी स्वत:ला विसरून गेलो होतो.

फुलांचे विविध रंग संगीताच्या सुरांप्रमाणेच आनंद देऊ शकतात याची तुला कल्पना आहे का? त्याच्याकडे पाहता-पाहता दृश्य सौंदर्याचे श्राव्य सौंदर्यात रूपांतर होते. सुवास प्रतिमांचे स्वरूप धारण करू लागतो. त्या गुच्छांतल्या काही फुलांचा सुगंध इतका उन्मादक होता की, त्याने जणू काही मी धुंद होऊन गेलो. आणि... आणि मग एकदम मी त्या फुलांचा चोळामोळा करून टाकला.

'मासेस ॲण्ड मॅन'च्या प्रयोगाविषयी न्युरेनबर्ग आणि बर्लिन येथून एकाच वेळी आलेल्या बातमीने माझे मन मोठे आनंदित झाले आहे. पक्षाच्या सभांत, कामगारवर्गाच्या मंडळांत, सर्वत्र या नाटकातल्या प्रश्नांची मोठ्या उत्सुकतेने चर्चा केली जात आहे. नाटकाच्या प्रयोगाच्या वेळेपेक्षा अधिक काळ टिकणारा हा त्याचा परिणाम आणि त्यातल्या प्रश्नांविषयी गंभीरपणाने विचार करण्याची कामगारांत उत्पन्न झालेली ही इच्छा या गोष्टी मला फार मोलाच्या वाटतात. पुस्तकी पंडितांच्या टीकेपेक्षा या गोष्टींचे महत्त्व अधिक आहे.

आई माझी काळजी करीत आहे. मोठे विचित्र वाटते हे मला! माझा जीवनप्रवाह तिच्या आयुष्याहून अगदी विलग वाहत आला आहे, असे तिला नेहमी वाटायचे! माझे विचार तिला पटत नाहीत, याविषयी मलाही मोठे वाईट वाटे. ते तिला जाणवेल अशा रीतीने मी मागे वागलो आहे. पण आता... आता कुठे तिचे मन मला समजू लागले आहे. तिला ज्यात काही कळत नव्हते, त्याविषयी तिला प्रेम न वाटणे स्वाभाविक होते. पण तिचे आपल्या मुलावर उत्कट प्रेम होते. त्यामुळेच आता ती माझी एकसारखी काळजी करीत आहे.

वसंत ऋतूच्या आगमनाची चिन्हे आता सर्वत्र दिसू लागली आहेत. स्वच्छ सूर्यप्रकाश... निळे निळे आकाश... क्षितिजापर्यंत जाऊन भिडणारी दृष्टी–

इतरांच्या सहवासात कसे वागायचे आणि कसे राहायचे हे मी जवळजवळ विसरूनच गेलो आहे म्हणेनास! संन्याशाचे सर्व गुण– आणि अर्थात त्या गुणांबरोबर येणारे दोषही – मी इथे संपादन केले आहेत असे म्हणायला मुळीच हरकत नाही. आता ते माझ्यातून कधी काळी नाहीसे होतील अशी कल्पनासुद्धा करू नकोस!

७

प्रिय,

चार-पाच दिवसांपूर्वीची गोष्ट! तुरुंगावरल्या अधिकाऱ्याने बोलावल्यावरून मी त्याच्या कचेरीत गेलो. त्याच्या हातात एक तार दिसत होती. त्याने मला प्रश्न केला, 'तुमच्या आईची खुशाली तुम्हांला बऱ्याच दिवसांत कळली नाही. होय ना?'

त्याच्याकडे टक लावून पाहत मी उत्तरलो, 'माझी आई...' पुढचे शब्द माझ्या तोंडातून बाहेरच पडेनात. तो म्हणाला, 'असे घाबरून जाऊ नका! तशी काही फार वाईट बातमी सांगायला मी तुम्हांला इथं बोलावलं नाही.' 'काय झालंय ते सांगा तरी मला,' मी उतावळेपणाने विचारले. तो थंडपणाने उद्गारला, 'तुमची आई अत्यवस्थ आहे, अशी तुमच्या मेव्हण्याची तार आली आहे. तुम्हांला तिला भेटायला जायची परवानगी मिळावी अशी त्यांनी विनंती केली आहे. ती मान्य करणे हे माझ्या अधिकारातलं काम नाही. पण तुम्ही ताबडतोब मंत्रिमंडळाकडे अर्ज करा. तो लगेच पुढं पाठविण्याचं मी वचन देतो तुम्हांला!'

सुन्न मनानेच मी जिना चढून वर आलो. कोठडीत येऊन पडलो. माझी आई... ती मृत्युशय्येवर पडली आहे. काळाचे पाश क्षणाक्षणाला तिला माझ्यापासून दूर नेत आहेत. कदाचित याच घटकेला ती या जगाचा निरोप घेत असेल. कदाचित यापूर्वीच तिचे देहावसान झाले असेल! अनेक अशुभ कल्पना माझ्या मनात येऊ लागल्या. वाटले, अजून ती जिवंत असली तर... माझ्या वाटेकडे ती डोळे लावून बसली असेल! एकदा तरी माझ्याशी चार शब्द बोलावेत, क्षणभर का होईना मला पोटाशी धरावे, या वेड्या आशेभोवती तिचा जीव घुटमळत असेल! मोठ्या घाईघाईने मी मंत्रिमंडळाला आणि पार्लमेंटला तारा केल्या. मी इतका अस्वस्थ होऊन गेलो होतो की, मला अर्जसुद्धा धड लिहिता येईना! माझ्या एका सोबत्याने तो तयार केला. मी त्याची नक्कल काढली आणि सही करून तो पाठवून दिला.

माझ्या घरूनही मंत्रिमंडळाकडे एक अर्ज पाठविण्यात आला होता. त्या अर्जाबरोबर सरकारी डॉक्टरचे सर्टिफिकीटही होते. माझे मन कल्पना करू लागले– या वळी तो अर्ज न्यायमंत्र्याच्या कचेरीत पोचला असावा. आता माझ्या मनात बऱ्यावाईट कल्पना पाठशिवणीचा खेळ खेळत आहेत– पण याच वेळी त्या अर्जाचे उत्तर वाट चालू लागले असेल! कदाचित याच क्षणी तुरुंगावरला अधिकारी माझ्याकडे यायला निघाला असेलसुद्धा! आत्ताच्या आत्ता येथून निघायची, आईच्या कुडीत प्राण आहे, तोपर्यंत घरी जाऊन तिला भेटण्याची संधी मला निश्चित मिळेल. लगेच वाटू लागले, मला धक्का बसू नये म्हणून तिच्या मृत्यूची बातमी माझ्यापासून गुप्त ठेवण्यात आली असावी! मी इथून घरी जाणार तो कशाला? फक्त स्मशानापर्यंत तिच्या जड देहाला सोबत करायला! माझ्या डोक्यात घणाचे घाव बसू लागले. एका मित्राच्या मदतीने मी माझे चार कपडे गोळा केले. एक प्रवासी पेटी उसनी घेतली. तिच्यात ते कपडे कसेबसे कोंबले. संध्याकाळपर्यंत न्यायमंत्र्याचे उत्तर निश्चित येईल; मग आपला एक क्षणसुद्धा इथे फुकट जाता कामा नये, म्हणून मी कडेकोट तयारी करून ठेवली.

एखाद्या गोष्टीची नुसती वाट पाहत राहणे किती तापदायक असते!

मन व्याकूळ झालेले, शरीर गळून गेलेले, क्षणोक्षणी आशा-निराशा यांची रस्सीखेच चाललेली, अशा स्थितीत असाहाय्यपणे नुसती वाट पाहत राहणे किती... किती असह्य होते म्हणून सांगू! पण कैद्याच्या नशिबी तेच असते!

संध्याकाळ झाली! मी वाट पाहतच होतो. अधिकाऱ्यांच्याकडून मला काहीच कळले नाही.

हळूहळू रात्र पडू लागली. एक शब्दही न बोलता तिने मला आपल्या पोटाशी धरले. आपल्या कृष्ण वस्त्राच्या पदरात घेऊन ती मला थोपटू लागली. त्या थोपटण्याने माझ्या तनाची तगमग प्रथम थांबली. पण मग मला वाटू लागले, मी रात्रीच्या कुशीत झोपलेलो नाही. एका प्रेतपेटीत मी पडलो आहे. त्या अरुंद उथळ पेटीत माझे अंग कसेबसे कोंबले असल्यामुळे ते आंबल्यासारखे झाले आहे – सारी गात्रे आखडून गेली आहेत.

अनंत वेदनांनी भरलेली ती दीर्घ रात्र –

ती संपली, तेव्हा एक युग लोटून गेले असावे असे मला वाटले.

दुसऱ्या दिवशीची सकाळ जड आणि उदासच होती. अजूनही कसलीच बातमी आली नव्हती.

पुन्हा रात्र आली. दमल्याभागल्या जीवांना निजवून, ते जागे होईपर्यंत त्यांच्यावर आपल्या प्रेमाची पाखर पसरून, ती पुन्हा परत गेली. पुन्हा दिवस उगवला. तो मावळला. माझ्या मनाला शेकडो सुया टोचल्यासारख्या वेदना होऊ लागल्या. त्याच्या चिंधड्या-चिंधड्या होत होत्या. कसली का होईना, बातमी येऊ दे. ती अशुभ असली, तरी चालेल! पण हा संशय, ही मनाची ओढाताण आता नको, असे राहून-राहून मला वाटू लागले.

मी स्वतःच आसन्नमरण झालो. विचित्र ग्लानीने माझे मन आणि शरीर व्यापून टाकले.

अंथरुणात पडून मी शेवटचा श्वास घेत आहे आणि जवळ उभा राहून माझ्याकडे मीच पाहत आहे असे मला वाटले. छे! ती पाहणारी व्यक्ती मी नव्हतो. माझे वडील होते ते! तो पाहा त्यांचा शर्ट. त्यांच्या तोंडावर आलेली ती केसांची बट. छे! पण माझे वडील वारल्याला तेरा वर्षे झाली होती!

चौथ्या दिवशी माझ्या मेव्हण्याकडून एक तार आली– 'आईची प्रकृती आहे तशीच आहे!' मी त्या शब्दांकडे फारसे लक्ष दिले नाही. मनाच्या या ससेहोलपटीत आपण किती तास घालविले हे मी मोजीत होतो. नव्वद... चौऱ्याण्णव... सत्त्याण्णव...

'तुम्हांला कचेरीत बोलावलंय' माझ्या कानावर शब्द पडले.

मी तुरुंगातल्या अधिकाऱ्यापुढे जाऊन उभा राहिलो. माझ्या अर्जाचे उत्तर

आले होते. उत्तरात लिहिले होते 'अर्जाचा विचार करता येत नाही.' या नकाराने मला मुळीच धक्का बसला नाही. उलट मधल्या चार दिवसांत माझ्या मनाला आलेला गलितपणा त्या क्षणी नाहीसा झाला. ते एकदम शांत झाले. आईच्या मृत्यूची वार्ता जरी त्या घटकेला मला कुणी सांगितली असती, तरी माझी ही शांती ढळली नसती. सुदैवाने त्यानंतर जी बातमी आली, ती आशादायक होती. तिची प्रकृती किंचित सुधारली आहे, माझी पुन्हा भेट होईल या आशेने तिला नवे बळ आले आहे, असे मला कळले. अर्थात माझा अर्ज नामंजूर झाला आहे हे तिला ठाऊक नाही. मी लवकरच भेटेन अशी तिला आशा वाटत आहे, आणि आशेवरच मनुष्य या जगात जगतो! नाही का?

माझ्या या अस्वस्थ मन:स्थितीत एके दिवशी रात्री जवळच्याच गोठ्यात एक गाय व्याली. रात्रभर त्या मुक्या जिवाचे कण्हणे मी ऐकत होतो. जणू काही एखादा मनुष्यच दु:ख असह्य होऊन ओरडत आहे, असे तिचा तो आवाज ऐकून वाटे. मध्येच तो आवाज मंद होई. भुकेलेल्या मुलाने रडून-रडून मुसमुसत झोपी जावे तसा तो आवाज तुटक आणि बारीक होई.

एका रात्री दूर कुठल्या तरी शेतावर एक कुत्रा भुंकू लागला. मग दुसऱ्याने जोरजोराने त्याला साथ करायला सुरुवात केली. तिसरा प्रथम पेंगुळलेल्या स्थितीत भुंकत होता. पण नंतर तो जणू काही अंगावर आल्यासारखा मोठ्याने भुंकू लागला. हा हा म्हणता त्या खेड्यातल्या झाडून साऱ्या कुत्र्यांनी आपला भुंकण्याचा कार्यक्रम सुरू केला. आपल्या साखळ्यांशी ही कुत्री कशी ओढ घेत असतील, सर्वांना एके ठिकाणी येण्याची इच्छा असून ती पूर्ण होत नसल्यामुळे ती तावातावाने कशी भुंकत असतील आणि शेवटी दमून मुकाट्याने ती कशी स्वस्थ बसली असतील, हे चित्र माझ्या डोळ्यांपुढे उभे राहिले.

बाहेरच्या तळीपाशी एक पक्षी गात आहे. ठरावीक वेळाने एकसारखा तो उंच करुण स्वर काढीत आहे. आपल्या मनातल्या साऱ्या वेदनाच जणू काही त्याला सांगायच्या असाव्यात!

हा पक्षीसुद्धा – तोही तसाच गात होता.

८

प्रिय डॉ. बीर,

मानवी जीवनाविषयी उत्कट सहानुभूती बाळगणारा इतिहासकार म्हणून तुम्हांला आणि हौसेने राजकारणात पडलेला एक मनुष्य व नाटककार म्हणून मला जे

विविध गंभीर प्रश्न अतिशय महत्त्वाचे वाटतात त्यांच्याविषयी तुमच्याशी सविस्तर चर्चा करावी असे मला फार फार वाटते.

आजपर्यंतच्या सामाजिक संघर्षाचे स्थूल विवेचन करणारे तुमचे पाच ग्रंथ मी विलक्षण आवडीने वाचले. मात्र तुमची चार पुस्तके वाचून झाल्यावर त्यांचा माझ्या मनावर झालेला परिणाम तुम्हांला सांगितल्याशिवाय राहवत नाही. ती वाचून एक प्रकारच्या विचित्र निराशेने माझे मन झाकळून गेले. विषण्ण मन:स्थितीत मी स्वत:ला म्हणालो, 'आपण हे जे सर्व वाचले, त्याचा अर्थ काय? हा काय सामाजिक संघर्षाचा इतिहास आहे? छे! हजारो वर्षे जुलूम आणि पिळवणूक यांच्यापायी असंख्य मानवी जीवांनी सोसलेल्या हालअपेष्टांचा तो इतिहास आहे. जुलुमाविरुद्ध बंड करणाऱ्या लोकांच्या पराभवाचा तो इतिहास आहे.'

आपली ध्येये साध्य केल्याचे समाधान जिच्यात बंडखोरांना लाभले अशी एकही क्रांती या हजारो वर्षांच्या प्रदीर्घ इतिहासात नाही. या काळात फक्त एकच क्रांती यशस्वी झाली, ती म्हणजे ख्रिश्चन धर्माची! पण तिच्या यशाचा उगम तिच्या तत्त्वच्युतीतच आहे. सत्ताधारी सरकारला विरोध करणारी एक सामुदायिक शक्ती हे आपले मूळचे स्वरूप ख्रिश्चन धर्माने सोडून दिले. राजसत्तेचा पुरस्कार करण्यात तो धन्यता मानू लागला. त्याचे यश हे सामाजिक क्रांतीचे अपेशच आहे!

तुमच्या पुस्तकांनी निर्माण केलेल्या या निराशेच्या वातावरणाने माझे मन किती तरी दिवस कुंद होऊन राहिले होते. मग मात्र आधुनिक सामाजिक चळवळीचे भवितव्य निराळे होण्याची शक्यता कशी आहे ही गोष्ट हळूहळू माझ्या लक्षात येऊ लागली.

तुमच्या इतिहासात आणि इतरांच्या त्याच प्रकारच्या लिखाणात मोठे सूचक अंतर आहे. इतर इतिहासकार सामाजिक घडामोडींकडे आर्थिक, राजकीय आणि आध्यात्मिक अशा तिन्ही दृष्टिकोनांतून सहसा पाहत नाहीत. त्यांचा भर कुठल्या तरी एका दृष्टिकोनावर असतो. त्यामुळे त्यांनी करून दिलेले भूतकालाचे दर्शन नुसते अपुरेच नव्हे, तर अतिशय एकांगीही असते. उदाहरणार्थ, जर्मन क्रांतिकारकांच्या सध्याच्या झगड्यांशी साम्य पावणारी ऐतिहासिक घटना तुम्ही किती परिणामकारक रीतीने आणि मर्मभेदक उपरोधाने वर्णन केली आहे! सामजिक क्रांतीचे दैनंदिन कार्य करणारा जो पक्ष असतो, त्याच्यावर बहुधा बहिष्कार पडतो. अनेकदा त्याची मुस्कटदाबीही होते. आणि हे सत्कार्य करतात कोण? तर रविवारी क्रांतीची स्तुती करणारा लेख लिहून आपला जहालपणा दाखविणारे, पण बाकीचे सहा दिवस ज्या वर्गाविरुद्ध आपण लढत आहो असे ते लेखात भासवितात त्यांच्याशीच सहकार्य करणारे

लोक! हे पर्यंकपंडित ज्या सुधारणा करू इच्छितात, त्या बहुधा लेखणीच्या एका फटकाऱ्यासरशी अधिकाऱ्यांकडून जमीनदोस्त केल्या जातात. सणावारी क्रांतीची भाषा बोलणाऱ्या या पुस्तकी पोपटांच्या साहाय्यानेच ते अधिकारी आपल्या उच्च स्थानी विराजमान झालेले असतात, ही त्यातल्या त्यात मोठी मौजेची गोष्ट आहे!

मित्र या नात्याने मी तुम्हांला एक प्रश्न विचारतो. त्याचा राग मानू नका. इतिहासकार या नात्याने तुम्ही ज्या गोष्टीचा धिक्कार करता त्यांचाच एका पक्षाचे सभासद म्हणून तुम्ही पुरस्कार करणे योग्य आहे काय?

कोलंबिया युनिव्हर्सिटीत एक अमेरिकन स्त्री-प्रोफेसर माझ्या वाङ्मयावर व्याख्याने देऊ इच्छिते, हा तुमच्या पत्रातला मजकूर वाचून मला थोडासा धक्काच बसला. सामान्यत: ज्यांच्यावर व्याख्याने दिली जातात, ते लेखक कर्तृत्वाच्या दृष्टीने संपुष्टात आलेले असतात. मी अजून तितका म्हातारा झालो नाही असे मला वाटते.

मला अद्यापि खूप नाटके लिहायची आहेत. मनात सळसळणाऱ्या आणि जळजळणाऱ्या कितीतरी गोष्टी लोकांना सांगायच्या आहेत!

९

प्रिय टेसा,

घाईघाईनेच मी हे पत्र तुला लिहीत आहे. फार थकून गेलोय मी आज. सारा दिवस माझं मन कसं प्रक्षुब्ध होऊन गेलं होतं.

आमच्यापैकी अकरा लोकांवर कट केल्याचा आरोप ठेवून चौकशीकरिता म्हणून त्यांना निराळं ठेवण्यात आलं होतं. त्यांनी अन्नसत्याग्रहाला सुरुवात केली. त्या सत्याग्रहाचा आजचा पाचवा दिवस. त्यांना आज तुरुंगातल्या अंगणात शतपावली करण्यासाठी म्हणून आणलं होतं. खिडकीतून मी त्यांच्याकडे पाहिलं मात्र–

केवढं करुण दृश्य होतं ते! त्यांच्यापैकी एक भिंतीला टेकून पडला होता. त्याची ती खोल गेलेली गालफडं, ते विचित्र रीतीनं चमकणारे डोळे, त्याच्या जवळची ती बालदी! या बालदीतूनच तो पाणी पीत होता. मोठा विचित्र देखावा होता तो! पायात जीव नसल्यामुळे दुसरा मनुष्य अगदी जमिनीवर कोसळण्याच्या बेतात होता. त्याचे पाय लटपटत होते. पण सारं धैर्य एकवटून क्षणभर तो ताठ उभा राहिला. मग मात्र एकदम त्याची ही सर्व शक्ती

ढासळली. तो रडू लागला, किंचाळू लागला आणि फेपरं आलेल्या माणसाप्रमाणं अंगाला आळेपिळे देऊ लागला. बाकीचे सारे जमिनीवर निर्जीव पदार्थाप्रमाणे पडून राहिले होते. त्यांचा तो कमालीचा नि:शक्तपणा – ती निष्क्रिय उदासीन वृत्ती – काचेसारखे दिसणारे ते भावशून्य डोळे – सारंच मनाला धक्का देणारं होतं.

भुकेच्या वेदना काय असतात याची मला परिपूर्ण कल्पना आहे. १९१८ सालच्या जानेवारीमधल्या संपानंतर लष्करी तुरुंगात विशिष्ट वेष वापरण्याची माझ्यावर सक्ती करण्यात आली. त्या गोष्टीचा निषेध करण्याकरिता मी अन्न घेण्याचं नाकारलं. चार दिवसांत माझ्या पोटात अन्नाचा एक कणसुद्धा गेला नाही. भूक आपल्या तीक्ष्ण नखांनी माणसाची आतडी कशी ओरबडून काढते याचा त्या वेळी मी पुरापुरा अनुभव घेतला.

आज घटकांमागून घटका रेंगाळत चालल्या होत्या. तिसरा प्रहर झाला. खाली कोठड्यांमध्ये आमचे ते अकरा मित्र अन्नाच्या अभावी क्षणाक्षणाला मृत्यूच्या दाराच्या आत ढकलले जात होते. माझ्या डोक्यात भयंकर वादळ सुरू झालं. माझं तडफडणारं मन म्हणत होतं– आज काय घडणार? टाचा घाशीत-घाशीत ही अकरा माणसं मृत्युमुखी पडणार काय? विचार करकरून मी अगदी सुन्न होऊन गेलो. हळूहळू संध्याकाळ झाली. एकदम एक मोठी गर्जना मला ऐकू आली. खालच्या कोठड्यांतूनच तो आवाज येत होता– 'सुटलो – आम्ही सुटलो – आम्ही मुक्त झालो!'

या सत्याग्रह्यांच्या प्राणांची जबाबदारी आपणावर नाही असं तुरुंगावरल्या अधिकाऱ्यांना डॉक्टरनं निक्षून सांगितलं असावं. त्यामुळंच तब्बल दहा आठवडे त्या खुराड्यासारख्या कोठड्यांत ज्यांचा एकसारखा छळ चालला होता, आणि अत्यंत भिकार असं अन्न देऊन ज्यांची उपासमार केली जात होती, त्या लोकांची आज मुकाट्याने मुक्तता करण्यात आली.

मोठ्या आनंदाने आम्ही आमच्या सोबत्यांचे स्वागत केलं.

पाच दिवसांनी अन्नाचा त्यांच्या जिभेला होणारा तो पहिला स्पर्श – ती मूर्च्छा – त्या ओकाऱ्या! निसर्ग हा काळासारखा आहे. तो कुणाचा शत्रू नाही आणि कुणाचा मित्रही नाही. तो फक्त आपले नियम जाणतो आणि त्यांची अंमलबजावणी करण्यात दंग असतो.

आता ते सारे या दिव्यातून पार पडले आहेत. एका मोठ्या बिकट पर्वताची चढण चढून ते वर आले आहेत. त्याच्या शिखरावर ते ताठ मानेने उभे आहेत. मनुष्याचं शरीर शृंखलाबद्ध झालं, तरी त्याचा आत्मा स्वतंत्र राहू शकतो हे त्यांनी सिद्ध केलं आहे.

१०

प्रिय,

तुम्ही आपल्या पत्रात लिहिलेली गोष्ट अगदी खरी आहे. समाजवादाची सर्व तत्त्वं शक्य तितक्या लवकर व्यवहारात रूढ झाली पाहिजेत असं कामगारांच्या बायका म्हणू लागल्या की त्यांचे नवरे अस्वस्थ होतात हे मी स्वत: पाहिलं आहे. इथं अनेक कामगारांच्या निकट सहवासात मी वावरतो. घरून त्यांना येणारी अनेक पत्रं मी वाचली आहेत. त्यांचे कौटुंबिक प्रेमपाश किती नाजूक आणि उदात्त असू शकतात याची मला पूर्ण जाणीव आहे. पण असं असूनही एक गोष्ट वारंवार माझ्या मनाला बोचल्याशिवाय राहत नाही. ती म्हणजे आपले शब्द आणि आपली श्रद्धा यांतलं अंतर. वाणीनं सुधारक किंबहुना क्रांतिकारक होणं सोपं असतं. पण हातून तशी करणी व्हायला मनुष्य आतून बदलावा लागतो. ही आंतरिक क्रांती किती कठीण आहे याची आपल्याला अजून कल्पना आलेली नाही. आपल्या परंपरागत भावना आणि नव्या समाजवादी कल्पना ह्यांच्यामध्ये एक भयंकर खोल दरी पसरलेली आहे. आपली बुद्धी नव्या जगाच्या दिशेने धावते. पण आपलं हृदय मात्र अजून जुन्या संकेताच्याच ताब्यात आहे. ते तिथं बंदिवान होऊन पडलं आहे.

इथं माझा एक मित्र होता. उठल्यासुटल्या तो वरिष्ठ वर्गाच्या नीतिविषयक कल्पनांवर झोड उठवीत असे. पांढरपेशा समाजातले स्त्रीपुरुषांचे संबंध म्हणजे एक मोठं ढोंग आहे हे त्याचं अगदी आवडतं मत होतं. पतिपत्नीपैकी प्रत्येकास कौटुंबिक बाबतीत इष्ट निर्णय घेण्याचं पूर्ण स्वातंत्र्य असलं पाहिजे, आपलं मन मारण्याचा त्यांच्यापैकी कुणावरही प्रसंग येऊ नये, असं तो नेहमी जोराजोरानं प्रतिपादन करी. एक बायको असताना दुसरीवर प्रेम करण्याचं स्वातंत्र्य पुरुषाला आहे, मग विवाहित स्त्रीनंही आपल्या नवऱ्याप्रमाणं दुसऱ्या पुरुषावर प्रेम केलं, तर ते गैर मानणं हा मोठा अन्याय नाही काय? तिलाही या बाबतीत पूर्ण स्वातंत्र्य असलं पाहिजे, असं तो मोठ्या कटाक्षानं नेहमी सांगत असे.

तीन वर्षांनी या गृहस्थाची तुरुंगातून सुटका झाली. पुढं घरी गेल्यावर पुनर्मीलनाच्या आनंदानं भरलेली त्याची पत्रं आम्हांला येऊ लागली. जमिनीत पुरून ठेवलेली संपत्ती अकस्मात सापडावी त्याप्रमाणं चाकोरीतून चाललेल्या पूर्वीच्या संसारात कधी न उपभोगलेलं सुख या दीर्घ वियोगामुळं त्या दोघांना लाभलं असं त्याच्या पत्रांवरून उघडउघड दिसत होतं. हिवाळ्याशिवाय उन्हाचा आनंद माणसाला कळत नाही. प्रीतीचंही तसंच आहे. विरहानंच तिचं मोठेपण माणसाला पटतं, असं आम्ही वारंवार मनात म्हणू लागलो. पण एकदम एके दिवशी त्याचं एक निर्वाणीचं

पत्र आलं. त्याचं सुखमंदिर ढासळून पडलं होतं! त्याचा सारा आनंद जळून त्याची राखरांगोळी झाली होती. त्याच्या सर्व आशा पार धुळीला मिळाल्या होत्या. त्याच्या अमृताच्या पेल्यात दैवानं कायमचं विष मिसळून टाकलं होतं. 'आता पुन्हा कधीही तो प्याला तोंडाला लावण्याचा धीर मला होणार नाही,' असे उद्गार त्यानं काढले होते.

ते पत्र वाचून आम्ही चकित झालो. त्यानं अशी डोक्यात राख घालण्याचं कारण काय होतं म्हणशील, तर तो तीन वर्षं तुरुंगात होता ना? त्या काळात त्याची पत्नी एकदा मोहवश झाली होती आणि त्या गोष्टीचा त्याला आता पत्ता लागला होता! मोहवश हा माझा शब्द आहे हं. त्याच्या दृष्टीनं तिचं पाऊल वाकडं पडलं होतं – ती व्यभिचारिणी झाली होती! एवढ्या एका गोष्टीनं स्त्रीपुरुषांमध्ये सर्व प्रकारची समता हवी अशा मोठमोठ्या गप्पा मारणारा हा गृहस्थ गडबडून गेला! त्याच्या ध्येयवादाचा त्याला विसर पडला. तिच्या क्षणिक मोहवशतेचा निष्ठुरपणानं विचार करताना आपण या बाबतीत तिच्यापेक्षा शतपटींनी अपराधी आहो याचीही आठवण त्याला राहिली नाही. बायका आपल्याला झटकन वश होतात, हे पूर्वी प्रत्येक वेळी तो आम्हांला मोठ्या अभिमानानं सांगत असे. पण आता त्या गोष्टीची त्याला विस्मृती झाली. अंध संस्कारांनी त्याच्या बुद्धीवर विजय मिळविला. परंपरागत संकेतांनी त्याच्या पोपटपंचीचा पराभव केला. घरी, दारी, शाळेत, चाळीत आणि सैनिकांच्या क्लबात ज्या नीतिविषयक कल्पनांचे संस्कार माणसांच्या मनावर झालेले असतात, ते एखाद्या पक्षाच्या सभासदत्वाबरोबर आपण ज्या तत्त्वांचा स्वीकार करतो त्यांच्यापेक्षा अनंत पटींनी प्रभावी असतात. निरनिराळ्या मित्रांशी मोकळेपणानं बोलताना मला हाच अनुभव वारंवार आला आहे. सामान्य मनुष्य संस्कारांचा गुलाम असतो. त्यांचा स्वामी होण्याचं बळ एखाद्यातच क्वचित आढळतं. बहुतेक माणसं जिभेनं नव्या गोष्टी बोलतात; पण मनामध्ये नकळत ती जुन्याचीच पूजा करीत असतात. त्यामुळं त्यांचं आत्ताचं बोलणं आणि घटकेनंतरचं बोलणं यांच्यात मेळ असत नाही. या बाबतीतले माझे थोडे अनुभव तुम्हांला सांगतो.

एकदा आमची मोठी कडक्याची राजकीय चर्चा चालली होती. त्या चर्चेत चळवळीत नेहमी आघाडीवर असणारा एक मनुष्य म्हणाला, 'पांढरपेशा माणसांत प्रामाणिकपणा कधी औषधाला मिळायचा नाही! हा सारा वरचा वर्ग कुजलेला, सडलेला आहे. त्याला सत्याची पर्वा नाही; शीलाची किंमत नाही. दमडीसाठी चमडी देणारे लोक आहेत हे!'

पण तोच मनुष्य आपल्या कुटुंबाची सारी हकिगत सांगत असताना मला म्हणाला, 'माझी बहीण एका चांगल्या पांढरपेशा कुटुंबात नोकरीला आहे. तिचा

मालक खरोखरच मोठा भला माणूस आहे. रविवारी माझी बहीण बाहेरून फिरून आली म्हणजे तिची मालकीण तिच्याशी मोठ्या प्रेमानं हस्तांदोलन करते.'

आता हा दुसरा नमुना पाहा. शेतकऱ्यांच्या चळवळीत पुढाकार घेणारा माणूस आहे हा. तो जागतिक शांतीचा अगदी कट्टा पुरस्कर्ता आहे. त्यानं एकदा एक शांतिविषयक जाहीर पत्रक शेतकऱ्यांना वाचून दाखविलं होतं. ते ऐकता-ऐकता सर्व स्त्रीपुरुषांच्या डोळ्यांतून अश्रू वाहू लागले. त्या प्रसंगाच्या स्मृतीनं क्षणभर गहिवरून जाऊन तो एकदा म्हणाला, 'मोठा उदात्त अनुभव होता तो! जगात माणसुकी किती जागृत असते याचा प्रत्यय त्या क्षणी मला आला.'

लगेच अर्ध्या तासानं आमच्या लढाईच्या गोष्टी सुरू झाल्या. महायुद्धात आम्ही दोघेही एकाच रणक्षेत्रावर गेलो होतो असं बोलता-बोलता आम्हांला कळलं. या योगायोगाची आम्हा दोघांनाही मोठी मौज वाटली. १९१४ साली तो तिथं होता. मी तिथं १९१५ मध्ये गेलो. आपल्या आठवणी सांगताना तो मला म्हणाला, 'दोस्त, तू आलास, तेव्हा तिथं काहीच गंमत उरली नव्हती. पण मी मात्र खूप खूप मजा अनुभवली. अशी मौज जगात पुन्हा कुठं पाहायला मिळायची नाही. शत्रुपक्षातल्या शिपायांच्या पोटात आम्ही भराभर अशा संगिनी खुपसल्या म्हणतोस – अरे बाबा, त्या आनंदाची तुला कल्पनासुद्धा करता यायची नाही.'

एकदा एका कट्टर समाजवाद्याबरोबर माझं बोलणं चाललं होतं. पांढरपेशा समाजातल्या विवाहपद्धतीची तो यथेच्छ निंदा करीत होता. भांडवलशाहीतून आणि मालकी हक्काच्या कल्पनांतून या शिष्ट लोकांच्या लग्नसंस्थेचा उगम झाला आहे असं त्याचं मोठ्या आवेशानं प्रतिपादन चाललं होतं. समाजवादाबरोबर स्त्रीपुरुषांमध्ये जे नवे निर्मळ आणि स्वतंत्र संबंध निर्माण होतील, तेच खरेखुरे विवाह ठरतील, त्या संबंधात कुठल्याही प्रकारच्या ढोंगाला जागा मिळणार नाही, असं तो नेहमी बोलून दाखवायचा.

एके दिवशी आमच्या मित्रमंडळीच्या बैठकीत तो आणि मी गप्पा मारीत बसलो होतो. गप्पांचा मुख्य विषय स्त्रिया आणि लग्नसंस्था हाच होता. एकानं एकदम त्याला प्रश्न केला, 'तुझ्या पत्नीनं कधी तुला विवस्त्र पाहिलं आहे काय?' प्रश्न ऐकल्याबरोबर ही स्वारी अशी चिडली की सांगून सोय नाही! तो गरम होऊन उत्तरला, 'माझ्या बायकोनं अशा स्थितीत मला पाहिलं, तर तिचा माझ्याविषयीचा आदर एका क्षणात पार मावळून जाईल ना!'

एकदा एका म्हाताऱ्या रेड गार्डशी मी बोलत होतो. तो उद्गारला, 'झाडावर लपून बसणारे ते फ्रेंच शिपाई भितरे व लुच्चे होते!'

मी त्याला म्हणालो, 'आपल्या सोबत्यांकरिता ज्यांनी आनंदानं प्राणांच्या

आहुत्या दिल्या, त्यांना भेकड म्हणण्यात काय अर्थ आहे?'

पण त्याला माझं हे बोलणं पटलं नाही. आपलेच म्हणणे खरं आहे अशा आविर्भावानं तो म्हणाला, 'त्यांनी तिथे लपून बसून आपल्या बंदुका चालविल्या.'

मी उत्तरलो, 'तू या प्रश्नाकडे फक्त भावनेनं पाहत आहेस. उद्या आपल्या देशातल्या यादवीमध्ये रेड गार्ड असेच वागले, तर त्यांना तू भेकड म्हणणार की काय?'

तो एकदम ओरडून म्हणाला, 'ती गोष्ट अगदी निराळी आहे! एवढंसुद्धा तुम्हांला समजत नसेल तर जाऊ दे! तुमच्यासारख्याशी वादविवाद करणं हाच आमचा मूर्खपणा आहे! तुमच्याप्रमाणं जे बुद्धीचा अभिमान बाळगणारे लोक आहेत, त्यांना असल्या गोष्टीत काडीइतकं देखील काही कळत नाही!'

११

प्रिय,

तुला पत्र पाठवायचं कबूल करून कितीतरी दिवस झाले. शेवटी आज ते अभिवचन मी पुरं करीत आहे. तुझ्यासारख्या लहान मुलाला इतके दिवस आपण पत्राची वाट पाहायला लावलं ही गोष्ट माझ्या मनाला पुन:पुन्हा टोचीत होती. पण कारागृहात काम करण्याची इच्छा असूनही मनुष्य निष्क्रिय होत जातो. इथं आठवड्या- मागून आठवडे गेले, तरी माणसाला त्याचा पत्ताच लागत नाही. आज रविवार आहे, बुधवार आहे की शुक्रवार आहे याचीही त्याला अनेकदा दाद नसते. तुम्हा मुलांनाही असाच अनुभव कधी कधी येत असेल, नाही? आज शाळेचा दिवस आहे की सुट्टी आहे याचं कित्येकदा तुम्हांला अगदी भान राहत नसेल. तुम्ही आनंदानं नाचत खेळत असता ना? तेव्हा तुम्हांला असं होत असावं. अशा वेळी जणू काही कालचक्र थांबलं आहे असा मनुष्यांना भास होतो. तुम्हा बालकांना होणारा हा भास अत्यंत आनंददायक असतो. उलट त्या आनंदाचा लवलेशसुद्धा तुरुंगातल्या आमच्या अनुभवात असत नाही. आमच्या सर्व शक्ती बधिर झाल्यामुळं आम्हांला तसं वाटत असतं.

मी तुला पत्र लिहायला बसलो आहे ना? अगदी बरोबर याच वेळी दोन चिमण्या मोठ्या आपुलकीच्या दृष्टीनं माझ्याकडे पाहत आहेत. खिडकीच्या लोखंडी गजाला मीठ घालून वाळविलेल्या डुकराच्या मासाचा छोटा तुकडा एका रंगीत फितीने मी बांधून ठेवला आहे, तो कुरतडण्याचा त्यांचा प्रयत्न चालला आहे. पहिल्यापहिल्यांदा या छोट्या फितीच्या रंगाची त्यांना भीती वाटली. पण हळूहळू

त्यांचे भय पार नाहीसं झालं.

ही पाखरंच आम्हा तुरुंगातल्या कैद्यांचे खरेखुरे मित्र आहेत. माझ्या काही सोबत्यांनी कोठड्यांमधल्या अरुंद वाटेच्या टोकाला जी एक खिडकी आहे, तिथं पाखरांचं छोटं उपाहारगृहच स्थापन केलं आहे म्हणेनास! चिमण्या, फिंच आणि टिटमाईस तिथं येतात. मात्र अलीकडे टिटमाईस कुठं दिसले नाहीत. थंडीनं गारठून ते मेले तर नसतील ना, अशी शंका माझ्या मनात येते आणि मग मी त्यांच्यासाठी हुरहुरू लागतो. गरीब बिचारे! या सर्व प्राण्यांत ते टिटमाईस फार सुंदर. ते छोटे लोक असा मजेदार नाच करायचे!

या प्राण्यांशिवाय अंगणात कावळे येतात ते निराळेच! अगदी सकाळी कावळे बाहेरच्या झाडाच्या उंच उंच फांद्यांवर येऊन बसतात. पावाचे लहान-लहान तुकडे खिडकीतून केव्हा बाहेर फेकले जातात याची ते वाट पाहत असतात. तुकडे बाहेर आले रे आले, की लगेच हे कावळे काव-काव करून ही बातमी आपल्या साऱ्या दूरदूरच्या सोबत्यांना सांगतात. मग सारे कावळे झटकन उडत जवळ येतात. कधी कधी जमिनीवर पावाचा कणसुद्धा नसला आणि एखाद्या कावळ्याला फार भूक लागली असली म्हणजे तो चिमणीच्या तुकड्यातला थोडासा भाग चटकन उपटायला काही कमी करीत नाही.

मधून-मधून दोन कबुतरेही आमच्या अंगणात येतात. एकदा त्यांतले एक भुकेनं नि थंडीनं इतकं दुर्बळ होऊन गेलं होतं की, काही केल्या त्याला कुंपणावरून उडून जाता येईना! ते एका कोपऱ्यात जाऊन तिथं पडून राहिलं. त्यानं मुकाट्यानं माणसाचा स्पर्शही सहन केला. मग मी वरच्या मजल्यावर माझ्या खोलीत त्याला आणलं. सुमारे तासभर ते माझ्या बिछान्यावर स्वस्थ पडून राहिलं होतं. किती सौम्य, स्निग्ध, नजरेनं ते माझ्याकडे पाहत होतं म्हणून सांगू! मी त्याला अंगणात घेऊन गेलो, तेव्हा त्याला मोठा आनंद वाटला. घुमघुमत मोठ्या उल्हासानं भुर्रकन ते आकाशात उडून गेलं.

१२

प्रिय टेसा,

फेब्रुवारीतली एक निस्तेज संध्याकाळ होती ती! तुरुंगाकडे येणाऱ्या शेतातल्या वाटेच्या रोखाने मी चालू लागलो. दुरून दिसणारे सारे सृष्टिसौंदर्य डोळे भरून पाहताना माझ्या मनाला किती विलक्षण आनंद झाला म्हणतेस! तुरुंगातल्या त्या रूक्ष तापदायक भिंतीशिवाय माझ्या डोळ्यांनी महिनान् महिना दुसरे काहीच पाहिले

नव्हते. त्यामुळे निसर्गाच्या या दर्शनाने मी अगदी वेडावून गेलो. इतक्यात कुठून तरी मातीचा वास आला. तो अपूर्व मोहक सुगंध! जणू काही धरणीमातेच्या वात्सल्याचेच प्रतीक होते ते! त्या सुवासाने मी एकदम बावरल्यासारखा झालो. मी इकडे-तिकडे अशा बुजऱ्या दृष्टीने पाहू लागलो की, माझे तिन्ही रक्षक माझ्या अगदी जवळ आले आणि माझ्या हालचालींकडे अधिक दक्षतेने पाहू लागले.

क्षणार्धात अत्यंत सुखद आणि प्रशांत वातावरणात आपण वावरत आहो असा मला अनुभव आला.

दूरदूर दिसणाऱ्या शेतांत एक अगदी एकटे असे बर्चचे झाड होते. त्याच्या त्या नाजूक कोवळ्या फांद्या किती मोहक दिसत होत्या! त्या दृश्याने माझी स्मृती जागृत झाली. हा सारा रम्य देखावा मला चिरपरिचित होता. माझ्या जन्मभूमीचे दृश्य हुबेहूब असेच दिसत असे. पूर्वेकडल्या माझ्या त्या प्रिय भूमीकडे जे निवळ तुच्छतेने पाहतात, द्वेषपूर्ण शब्दांनी भरून गेलेल्या ज्यांच्या कानांना तिचे नाव अगदी त्याज्य वाटते, त्यांना सौंदर्याची काडीमात्रही कल्पना नाही असेच मी म्हणेन.

तुरुंगातल्या अंगणात फिरत असताना पाच मीटर उंच असलेल्या लाकडी फळ्यांच्या कुंपणाकडे आमचे डोळे आपोआप वळतात. त्या कुंपणावर मुगुटासारखे जे मोठमोठे लोखंडी खिळे ठोकून बसविलेले असतात, त्यांच्याकडे आमची दृष्टी जाते. अंतर्मनातल्या अनेक इच्छा सळसळून बाहेर येऊ पाहतात. पण त्या कुंपणातल्या फटीतून बाहेरची काटेरी तार आणि आमच्यावर सतत नजर ठेवणारे रक्षक दिसले म्हणजे आम्ही तुच्छतेने हसतो आणि आव्हानाची व स्वातंत्र्याची गीते गाऊ लागतो.

वसंताच्या आगमनाची चिन्हे दिसू लागली आहेत. कोण येत आहे ते कळले का तुला टेसा? ऋतुराज वसंत! इथे तुरुंगात ही सुवार्ता आम्ही एकमेकांना मोठमोठ्याने सांगत आहो. 'येत आहे, वसंत येत आहे' हे गाणे आम्ही स्वतःशीच गुणगुणत आहो. एखादे मौल्यवान पुष्पपात्र अगदी हळुवार हाताने उचलावे ना? तसे हे शब्द लाडालाडाने आम्ही जिभेवरून घोळवीत आहो.

खरेच, वसंतऋतूचे दर्शन होऊन किती किती वर्षे झाली! गतवर्षी या दिवसांत मी माझ्या मित्रांच्या घरात गुप्तपणाने राहत होतो. मोकाट सुटलेल्या बेफाम शिपायांच्या तडाक्यात मी सापडू नये म्हणून माझ्याकरिता वाटेल तो धोका पत्करायला ते तयार झाले होते. दोन वर्षांपूर्वी मी एका लष्करी तुरुंगात होतो. त्याच्यापूर्वी लढाईत होतो. ते युद्ध शंभर वर्षांहून अधिक काळ चालले होते की काय कुणाला ठाऊक! अशा वेळी वर्षे मोजण्याची माणसाची इच्छासुद्धा मरून जाते!

अगदी प्रथम फुललेली डेझी फुले मला गवतात नुकतीच आढळली. गुलाबी छटा असलेली ही पांढरीशुभ्र पुष्पे किती मोहक दिसतात! एक सोनेरी रंगाचे फूल कुंपणावरून डोळे मिचकावून माझ्याकडे पाहत आहे. साऱ्या झाडांना मोठ्या नाजूक कळ्या आल्या आहेत. हळूहळू त्या मोठ्या होत आहेत. त्यांचा हा विकास पाहताना मनाला मोठा आल्हाद होतो. अगदी कालच माझ्या कोठडीच्या लोखंडी गजांतून मी ते बर्च झाड पाहिले. त्याने जणू काही हिरवा बुरखाच धारण केला असा भास झाला. तळ्याच्या काठच्या विलोचा रंगसुद्धा किती मजेदार दिसत होता! जणू काही हिरवी मखमलच! शेती आणि कुरणे यांना सौंदर्याचा साज चढविणारा हा रम्य हरितवर्ण– सूर्यकिरणांमध्ये चालणारे ते हिरवळीचे नयनमनोहर नृत्य! घटकाघटका अनिमिष नेत्रांनी या दृश्याकडे पाहिले, तरी मनाची तृप्तीच होत नाही.

वसंतऋतू मोठा बडा जादुगार आहे. किती सुंदर आणि नाजूक कला आहे त्याची!

पण आज सकाळपासून सृष्टिसौंदर्य पाहण्याचा माझा हा हक्क हिरावून घेण्यात आला आहे. कैद्यांना तुरुंगातल्या अंगणात फेरफटका करण्याची दोन महिने मनाई करण्यात आली आहे! त्यांना सहा आठवडे पत्रेही पाठविता येणार नाहीत. या गहजबाचे कारण काय? तर हे राजबंदी तोंडाला कुलूप घालून अन्याय सहन करीत राहिले नाहीत! त्यांनी तक्रारी सुरू केल्या. क्रांतिकारक समाजवाद्यांना या किल्ल्यात ठेवले जाते. बाह्यत: ते नुसते स्थानबद्ध असतात. पण खरोखर त्यांना गुन्हेगार कैद्यांपेक्षाही वाईट रीतीने वागविण्यात येते. मनाचा धीर सुटावा, त्यांनी नाक घाशीत शरण यावे म्हणून त्यांचा हरतऱ्हेने छळ केला जातो. त्यांची ताठ मान खाली व्हावी म्हणून त्यांना इथे पदोपदी त्रास देतात. इतके असून आम्ही सर्व दृष्टींनी अशा राज्यात राहतो असे मात्र म्हटलेच पाहिजे हं!

क्रांतीचा ध्वज हातात धरणाऱ्या माणसांची मस्तके असल्या क्रूर शिक्षांनी जुलमी सत्तेपुढे नम्र होतील अथवा लोखंडाच्या कांबीप्रमाणे असलेली त्यांची मने मेणाहून मऊ बनतील असे या अधिकाऱ्यांना खरोखरच वाटते काय? तसे त्यांना वाटत असले, तर त्यांच्यासारखे भोळे आणि खुळे तेच आहेत, असे म्हटले पाहिजे.

तुरुंगातून पळून जाण्याचा प्रयत्न करीत असताना एक कैदी नुकताच मारला गेला! शिस्त आणि व्यवस्था यांच्या नावाखाली हे खून चालतात हे विशेष आहे! नाही?

हे लोक आम्हांला छळतील, आमच्या शरीरांचे हालहाल करतील, प्रसंगी आमचे प्राण घेतील. पण आमच्या अंत:करणातून बाहेर पडणाऱ्या गीतांना ते

प्रतिबंध करू शकणार नाहीत!

टेसा, आमची हृदये इथे जी गीते गातात, ती तुला ऐकू येतात काय?

१३

प्रिय टेसा,

गेल्या सोमवारपासून दातांवर उपचार करून घेण्याकरिता मी दुसऱ्या तुरुंगात आलो आहे. इथून पळून जाण्याचा मी कोणताही प्रयत्न करणार नाही असे अधिकाऱ्यांना मी शपथेवर सांगितले! पण त्यांनी माझ्यावर जो पहारा ठेवायचा तो ठेवलाच आहे. या असल्या वागणुकीने माझे माथे भडकून गेले असते. पण मूर्खांच्या राज्यात शहाण्याने मौनव्रत धारण करणेच श्रेयस्कर असते! एखाद्या परक्या मनुष्याच्या दृष्टीने मी या सर्व घटनांकडे पाहू लागतो आणि मग ही माणसे किती क्षुद्र आहेत याची कल्पना येऊन माझे मन शांत होते.

कितीतरी दिवसांनी माझ्या कोठडीच्या खिडक्यांतून या छोट्या शहरातली विविध रम्य दृश्ये माझ्या दृष्टीला पडत आहेत. मुले रस्त्यात खेळत आहेत, भटकत आहेत. डोक्यावर छत्र्या घेऊन म्हाताऱ्या बाया पुराणकालीन पिशाचाप्रमाणे किंवा माझ्या स्वप्नातल्या चित्रविचित्र अंधुक आकृतीप्रमाणे रस्त्याने उदासपणाने जात आहेत. तरुण खेळकर मुली मोठ्या मोहक हालचाली करीत याच वाटेने जाताना दिसत आहेत. कशा लवलवत आहेत त्या! तुरुंगातल्या कोठड्यांपुढून जाताना त्या मुद्दाम थोडा नखरा करून आतल्या कैद्यांचे मन आपल्याकडे वेधून घेत आहेत. या लहानशा शहरातल्या मर्यादित जीवनातली ही सर्व दृश्ये माझ्यापुढे क्षणभर साकार होतात आणि दुसऱ्या क्षणी जणू काही हवेत विरून जातात.

ही सर्व माणसे कळसूत्री बाहुली आहेत ही कल्पना काही केल्या माझ्या मनातून नाहीशी होत नाही. क्षणार्धात ती आपल्या हास्यास्पद नृत्याला सुरुवात करतील असे मला वाटते. एखादी वृद्ध स्त्री रस्त्याने जाताना जेव्हा वर पाहते आणि क्षणभर थांबते, तेव्हा माझ्या मनात एक तीव्र इच्छा उत्पन्न होते– 'चला, आजीबाई, करा आपल्या नाचाला सुरुवात. आम्ही त्याचीच वाट पाहतोय. मुकेपणाने माना डोलावून आम्ही तुमच्या नृत्याला चांगला ताल देऊ' असे काहीतरी तिला म्हणावेसे मला वाटते.

टेसा, दैनंदिन जीवनसुद्धा मला स्वप्नासारखे वाटू लागले आहे. कोठडीचे कुलूप काढीत असलेला वॉर्डर असो, माझी बारीकसारीक चौकशी करणारा

एखादा वकील असो, रस्त्याने जाता-जाता माझ्याकडे हसत पाहणारी एखादी तरुण स्त्री असो, अथवा आपल्या खिडक्यांच्या डोळ्यांनी माझ्याकडे शून्य दृष्टीने पाहणारे एखादे निर्मनुष्य घर असो, हाच भास मला होत राहतो. दुःख, वेदना, युद्ध, रक्त या सर्व कल्पना जणू काही धुक्यासारख्या वितळून जात आहेत.

१४

प्रिय टेसा,

न्यूबर्गहून मी नुकताच परत आलो. मी येत असताना तिथले लठ्ठ लठ्ठ नागरिक माझ्याकडे टक लावून पाहत होते, दात विचकून हसत होते. प्राणिसंग्रहालयात गेल्यावर पिंजऱ्यात कोंडून ठेवलेल्या हिंस्र प्राण्याकडे पाहून माणसे डोळे मिचकावतात, तुच्छतादर्शक उद्गार काढतात आणि आपण काहीतरी विशेष पराक्रम गाजविला असे समाधान मानतात ना? ह्या लोकांची वागणूक थेट तश्शी होती. माझ्या कोठडीत परत आल्यावर मात्र मला अगदी घरी आल्यासारखे वाटले. केवळ सवयीमुळे आपल्या बंदिवासाच्या जागेविषयी मनुष्याच्या मनात ही भावना उत्पन्न होते की काय कुणाला ठाऊक! एवढे मात्र खरे की या खोलीत पाऊल टाकल्याबरोबर मला अगदी घरी आल्याप्रमाणे मोकळे मोकळे वाटले.

तू म्हणतेस ते अगदी बरोबर आहे. अजून काही वर्षे मी शांतपणे आत्मनिरीक्षण केले पाहिजे, अनेक वर्षे एकट्याने फिरले पाहिजे. उघड्या डोळ्यांनी जग पाहिले पाहिजे. माझे बाळपण काही मोठे सुखाचे नव्हते. माझ्या मूळच्या चंचल प्रवृत्तीला स्थिर करील, आणि माझ्या स्वैर मनाला वळण लावील, असा गुरूही लहानपणी मला लाभला नाही. मनुष्याच्या जीवनाचा पद्धतशीर विकास व्हायला अशा प्रकारच्या शिस्तीची जरुरी असते. आत्म्याला वळण लावणारे हे शिक्षण कुटुंब आणि शाळा यांतच मिळू शकते. पण दुर्दैवाने मी तशा प्रकारच्या शिक्षणाला मुकलो.

अनुभूतीनी माझे मन अस्वस्थ करून टाकले की एखाद्या ताप चढलेल्या माणसासारखे मी बेफामपणे काम करू लागतो. पण तो आवेग ओसरला म्हणजे माझ्या मनावर विषण्णतेची छाया पसरते. मी दुर्बळ, असहाय, अगतिक आहे असे मला वाटू लागते.

एका दृष्टीने ही ईश्वराची कृपाच आहे असे म्हटले पाहिजे. जीवनातल्या

प्रभावी शक्ती ज्यांच्याद्वारे आपला आविष्कार करू शकतात असा मी एक अपूर्ण मनुष्य आहे, मी केवळ एक साधन आहे, याची जाणीव यामुळेच मी केव्हाही विसरू शकत नाही.

आयुष्यातल्या अत्यंत महत्त्वाच्या क्षणी मी कच खाणार नाही, एखाद्या शूर सैनिकाप्रमाणे आपली जागा धरून राहीन, असे मला वाटते. पण जीवनविकासाच्या दृष्टीने एवढी शक्ती मनुष्याला पुरत नाही. माझे तोकडेपण अशा वेळी मला तीव्रतेने जाणवते.

आता माझ्यापुढले महत्त्वाचे काम एकच आहे. ते म्हणजे आपले कार्य आणि आयुष्य नियमबद्ध कसे करता येईल हे पाहणे. स्पष्ट विचार करून आत्मविकासाच्या अत्यंत उच्च बिंदूपर्यंत मी माझे जीवन पोचविले पाहिजे. जेव्हा सर्व बंधने झुगारावी लागतात, तेव्हा असे अटीतटीचे क्षण आयुष्यात थोडेच असतात. इतर वेळी मी स्वत:ला शिस्त लावून घेण्याचा प्रयत्न करायला हवा. संयमाने आत्मविकास होतो याचे विस्मरण मी स्वत:ला होऊ देता कामा नये. माझ्या सर्व शक्ती पूर्णपणे विकसित झाल्या, तरच मी इतरांना साहाय्य करू शकेन, मनासारखे काम करू शकेन, सहकार्य करू शकेन. मला यापुढे कुठेकुठे जावे लागेल, कोणकोणते अनुभव येतील, कुठले देश दृष्टीला पडतील हे कुणी सांगावे? भविष्याची कल्पना जगात कोणीच करू शकत नाही.

मधूनच मला एका विचित्र मनोवृत्तीचा अनुभव येतो. काही काही वाक्ये वाचली म्हणजे त्यातील सत्य कधी काळी आपल्याला प्रतीत होईल की नाही याविषयी माझे मन साशंक होते. कित्येकदा फक्त स्वत:च्या अस्तित्वाची प्रेरणा, आपण जिवंत आहोत एवढीच भावना इतर सर्व गोष्टींपेक्षा माझ्या मनाला अधिक प्रभावी वाटू लागते.

आज मॅथिअस क्लॉडियसचे पुस्तक मी वाचले. त्याने माझ्या अस्वस्थ मनाला अननुभूत शांती दिली. मला अगदी आनंदी करून सोडले. त्याच्या कवितेतले साधे पण रसरशीत सौंदर्य इतरांच्या कितीशा कवितांत आपणाला आढळेल? वाचकाचे मन कितीही प्रक्षुब्ध झालेले असू दे, त्याच्या वृत्ती कितीही चंचल असू देत, खालील ओळी वाचल्यानंतर त्याचे मन शांत आणि कोमल भावनांनी भरून जाणार नाही काय?

चंद्रमा प्रसन्नपणे उदय पावत आहे.
निरभ्र नील आकाशात तारका चमकत आहेत.
कृष्णच्छायांनी युक्त असे अरण्य मूकपणाने उभे आहे.

कुरणातून पांढरे शुभ्र धुके हळूहळू वर येत आहे.

किती अद्‌भुतरम्य दृश्य आहे हे!

किती साधी पण किती सुंदर कविता आहे ही!

प्रिय टेसा, माझे मन द्विधा झाले आहे. असू नयेत ती वैगुण्ये आपल्यात आहेत या शंकेने जर माझे मन पदोपदी व्यग्र झाले नाही, आपण स्वत:साठी जी कामे योजून ठेवीत आहो ती पार पाडण्याची शक्ती आपल्या अंगी नाही या संशयाने जर माझे मन व्याकूळ झाले नाही, तरच माझ्या मनातला हा गोंधळ थांबेल! मला अस्वस्थ करून सोडणारा हा अंत:कलह शांत होईल.

'मासेस ॲण्ड मॅन' या नाटकाचे हस्तलिखित मी बर्लिनला पाठवू शकलो नाही. म्यूनिचमध्येच ते जप्त झाले. मी डॉक्टर एस. यांच्या मुलीकडे ते पाठविले होते. ती त्याच्या प्रती करणार होती. संशयास्पद कैद्यांकडून पत्रे येत असल्याच्या आरोपावरून तिच्या घराची झडती घेण्यात आली. तुरुंगातल्या तपासनिसांनी माझे नाटक वाचून त्यात आक्षेपार्ह काही नाही असे ठरविले होते. पण पोलीस त्याची कशाला पर्वा करतात? त्यांनी ते जप्त केलेच! माझ्या सध्याच्या परिस्थितीत जे शक्य होते ते मी केले. काही झाले, तरी आपण बव्हेरियात राहत आहो हे विसरून चालणार नाही!

१५

प्रिय टेसा,

आजचा दिवस मोठा छान गेला! तू मला भेटायला आलीस. आपण जवळ – एकमेकांच्या अगदी जवळ येऊ शकलो. पोटभर बोलू शकलो. तू निघून गेल्यावर मी माझ्या कोठडीत गेलो आणि माझ्या साऱ्या सोबत्यांना खोलीबाहेर पाठविले. तुझ्या भेटीने माझे हृदय कसे भरून आले होते! स्वत:भोवती गिरक्या घेणाऱ्या माणसाला भोवळ येते ना? तसे मला झाले होते. माझ्या अंत:करणातून बाहेर उचंबळून येणारा आनंद मला इतरांना दिसू द्यायचा नव्हता! त्या हर्षलहरींमुळे माझ्या भावनांना एक प्रकारची सुखद ग्लानी आली होती. या तंद्रीचा कुणीही भंग करू नये म्हणून मला एकान्त हवा होता!

तू कुठेही असलीस, तरी नेहमी माझ्याबरोबर आहेस व मी कितीही दूर असलो, तरी सदैव तुझा सांगाती आहे. आपले हे वैभव किती मोठे आहे!

असल्या आनंद-भांडाराचे मोल मानवी मनाला कधी तरी करता येईल का?

तू म्हणालीस ते खरे आहे असे मला वाटते. माझे मन आता स्थिर होत आहे. गेल्या काही महिन्यांतल्या अत्यंत निर्दय अणि दुःखद अशा अनुभवाने माझ्या मनाला शुद्ध केले आहे. अशा मानसिक शुद्धीची मला जरुरीच होती. गेल्या काही वर्षांतल्या माझ्या जीवनाविषयी मी तुझ्याशी मनमोकळेपणाने बोललो आहे. माझ्या भावी आयुष्याविषयी विचार करताना जे शब्द मला कधीच सुचले नाहीत, ते तुझ्या तोंडातून आपोआप बाहेर पडले. 'आणखी थोडी वर्षं तुम्ही जगाचा अनुभव घ्यायला हवा, खूपखूप काम करायला हवं, मग तुम्ही आपल्या मार्गानं शेवटपर्यंत सुरळीत जाल' हे तुझे म्हणणे अगदी खरे आहे. अशा प्रकारच्या जीवनक्रमाची आपल्याला जरुरी आहे ही जाणीव मलाही आहे. बाहेरच्या घडामोडींमुळे राजकारणात पडण्याची पाळी जर माझ्यावर आली नाही, (उदाहरणार्थ पार्लमेंटचा सभासद झाल्यामुळे तुरुंगातून होणारी सुटका. अशा तऱ्हेने मी तुरुंगातून मुक्त झालो, तर साहजिकच त्या कामाचे बंधन मला पत्करावे लागेल) तर काही वर्षे या धुमाळीतून निवृत्त होऊन संथपणाने काम करीत मला काढली पाहिजेत. खरेखुरे जीवन जगले पाहिजे. मी अशा रीतीने राहू शकलो, तर त्यामुळे माझ्या पक्षाचा फायदाच होईल.

मी तारुण्याच्या उंबरठ्यावर उभा होतो, तेव्हा हाती घेतलेल्या गोष्टी अर्धवट टाकल्या तरी ते चालण्यासारखे होते. पण माझ्या आयुष्यातला तो स्वप्नाळूपणाचा काळ आता मागे पडला आहे. आता जबाबदार मनुष्य म्हणूनच मला वागले पाहिजे. हाती घेतलेले प्रत्येक कार्य निर्धाराने तडीला लावले पाहिजे. जन्मभर विशीच्या आतबाहेर घुटमळत राहणारी अनेक माणसे मी पाहिली आहेत. आयुष्यभर ती स्वप्नाळूच राहतात. त्यांचा अप्रबुद्धपणा आठवला म्हणजे माझ्या अंगावर काटा उभा राहतो. मला असे अर्धवट राहायचे नाही. हृदयाची हाक म्हणून, आपल्या आत्मविकासाची एक आवश्यक पायरी म्हणून कोणतीही गोष्ट निश्चित केल्यावर ती यशस्वी करण्याकरिता सर्वस्व अर्पण करणे हे माझे कर्तव्य आहे.

'मासेस ॲण्ड मॅन' या नाटकाविषयीची तुझी टीका ऐकून मला खरोखर फार बरे वाटले. त्याच्याविषयीच्या माझ्या कल्पनांत अजूनसुद्धा एक संदिग्धपणा आहे. मी पुनःपुन्हा त्याच्यावर संस्कार करीत राहतो. पण अजून काही माझ्या मनाचे समाधान झालेले नाही. ते एकदा प्रकाशित झाले म्हणजे आपोआपच माझ्या सर्व शंकाकुशंकांचा शेवट होईल आणि नवीन लेखन करायला मी मोकळा होईन.

१६

प्रिय,

मी तुमचे पत्र वाचले. एकदा नव्हे, दोनदा नव्हे, अनेकदा वाचले. त्यातल्या कठोरपणाच्या आत जो जिव्हाळा आहे, तोही मला जाणवला. पण असे असूनही तुम्ही माझ्या माथी जो दोष लादला, आहे तो निराधार आहे असे मला वाटते. तुम्ही माझ्यावर मोठा अन्याय करीत आहा. माझ्यात आत्मपरीक्षणाची शक्ती बिलकूल नाही आणि मी लोकांना माझी भरमसाट स्तुती करू देतो असे तुमचे म्हणणे आहे. हा तर्क तुम्ही कशावरून केलात? माझ्यावर असा दोषारोप करायला तुमच्यापाशी काय पुरावा आहे? विभूतिपूजेचे वेड हा चालू काळातला असाध्य रोग आहे. या वेडाने पछाडलेल्या माणसांनी माझा बळी घेतला आहे हे तुमच्या कसे लक्षात आले नाही? मला आत्मपरिक्षणाची दृष्टी नाही असे तुम्ही म्हणता. याचा उघड अर्थ एकच आहे– तो म्हणजे खऱ्याखुऱ्या कलावंताची जबाबदारी मला कळत नाही! अंध आत्मपूजक हा कधीही श्रेष्ठ कलावंत होऊ शकत नाही, याची तुमच्याइतकीच मलाही जाणीव आहे. तुमच्याशिवाय दुसऱ्या कुणी माझ्यावर हा आरोप केला असता, तर तो मी हसण्यावारी घालविला असता. पण तुम्ही-तुमच्यासारख्या मित्राने असे उद्‌गार काढावेत? अखंड श्रम करीत, एकेका कल्पनेला मनासारखा आकार देत आणि शेवटी तिने समाधान होत नाही म्हणून ती टाकून दुसरीच्या पाठीमागे धावत, जे लिहिले, त्याने समाधान झाले नाही म्हणून ते फेकून देऊन पुन्हा नव्या जोमाने कामाला लागत मी काढलेली वर्षे तुम्हांला आठवत नाहीत काय? माझ्या दृष्टीने जीवन हे जसे एक कार्य आहे, तसे लेखनाचे कार्य हे माझे जीवित आहे. या भावनेनेच मी वर्षानुवर्षे कलेची उपासना करीत राहिलो, हे काय तुम्हांला सांगायला हवे? अशा स्थितीत तुम्ही मला उथळ आत्मपूजक मानून माझा धिक्कार करावा हे पाहून मला नुसते हसू येत नाही. खरोखरच हा आरोप तुम्हांला न्याय्य वाटत असेल, तर यापुढे आपले मार्ग भिन्न आहेत. माझ्या आत्म्याच्या प्रामाणिकपणाविषयी साशंक असलेल्या मित्रांशी सहकार्य करणे मला अशक्य आहे.

'मशीन रेकर्स'विषयी तुम्ही लिहिले ते वाचले. नाटक रंगभूमीवर आणताना दिग्दर्शकाने केलेली कापाकापी आणि त्यात दिसून येणारी दुबळी भावविवशता या दोषांची जबाबदारी माझ्यावर नाही. मी तुरुंगात असेपर्यंत

रंगभूमीवर होणाऱ्या प्रयोगांचे नियंत्रण कसे करू शकणार? हॉप्टमनच्या 'वीव्हर्स' नाटकाबरोबर तुम्ही केलेली त्याची तुलनाही फारशी मार्मिक नाही. 'मशीन रेकर्स' लिहिले त्यापूर्वीच्या निदान बारा वर्षांच्या काळात तरी मी हे नाटक वाचलेले मला आठवत नाही. लहानपणी एका शहरात त्याचा प्रयोग मी पाहिला होता. पण त्या वेळी ते वाचण्याची इच्छाच माझ्या मनात निर्माण झाली नाही. त्या नाटकातली एकच गोष्ट माझ्या ध्यानात राहिली. ती म्हणजे बहुजनसमाजाचे त्यातले चित्रण. त्याला ग्रासणारी निराशा, त्यामुळे निर्माण होणारी बंडखोरपणाची प्रवृत्ती! माझ्या नाटकात इतर अनेक गोष्टींप्रमाणे दलित जनतेच्या मनात जागृत होणारी क्रांतीची भावनाही मला दिग्दर्शित करायची होती.

१७

प्रिय,

तुम्ही मोठ्या आस्थेने पाठविलेली दोन्ही वृत्तपत्रे मला पोचली नाहीत. ज्याच्यात प्रचाराचा काही भाग आहे असे चिटोरेसुद्धा इथे कैद्यांच्या हाती पडू दिले जात नाही.

फ्रान्समधल्या युवक चळवळीवरला तुमचा लेख मी वाचला. तुमचे कटू आणि निराशायुक्त शब्द वाचताना माझ्या डोळ्यांपुढे १७८९ मधल्या क्रांतीत आणि पुढे कॉम्यूनमध्ये भाग घेणारी तरुण पिढी उभी राहिली. तिची परंपरा अजूनही कायम असली पाहिजे. ध्येयाकरिता प्राणावर उदार होणारे यौवन जगात अमर आहे. पिढीपिढीला त्याचा आविष्कार होत असतो.

फ्रान्समधल्या जीवनावर असलेल्या रंगेलपणाच्या छायेने तुम्ही बुजून गेला असे मला वाटते. त्यामुळे तिथल्या तरुणांचे मन तुम्हांला पुरेपूर जाणता आले नसावे.

या बाबतीत एक गोष्ट लक्षात ठेवली पाहिजे. जर्मन मनुष्याला जी गोष्ट जीवनाच्या उथळपणाची दर्शक अशी वाटते, ती फ्रेंच मनुष्याच्या दृष्टीने तशी असतेच असे नाही. या दोघांच्या मनोवृत्ती मूलत:च भिन्न आहेत. जुन्या चाकोरीतून बाहेर पडल्यावर आम्हा जर्मन लोकांना नवीन मार्ग मोठ्या उत्साहाने आणि काटेकोर दृष्टीने चोखाळण्याची सवय आहे. जे काही करायचे असेल, त्याला संपूर्णपणे वाहून घेणे हा आमचा स्वभावच आहे. फ्रेंच मनुष्य या बाबतीत अगदी निराळा आहे हे आपण विसरून जातो.

१८

प्रिय,

बाहेर लढत असलेल्या तुमच्यासारख्या कामगारवर्गातल्या सहकाऱ्यांपाशी आपले मन मोकळे करता आले, तर या तुरुंगाच्या भिंतीची पर्वा कोण करील? पांढरपेशा पोरटा म्हणून मला वारंवार हिणविण्यात आले आहे. मध्यम वर्गातल्या कुटुंबात माझा जन्म झाला हे खरे; पण आपली सारी समाजरचना अन्यायाच्या पायावर उभारली आहे याची जाणीव ज्या क्षणी मला झाली, त्या क्षणी मी श्रमजीवी लोकांचा कैवारी बनलो हेही तितकेच खरे आहे.

बहुजनसमाजाच्या कलेविषयी आजकाल खूप चर्चा होत असते. सर्वसामान्य जनतेला ज्याच्याविषयी आपुलकी वाटेल, आपले जीवन, आपल्या आशा-आकांक्षा, आपली सुखदु:खे आणि आपली ध्येये व स्वप्ने ज्यात प्रतिबिंबित झालेली तिला दिसतील असे साहित्य आज आपल्याला नि:संशय हवे आहे. पण ते कुठल्याही पक्षाच्या फर्मानाने तयार होणार नाही. सजीव कला ही कधीही कुणाची गुलाम होत नाही.

बहुजनसमाजाच्या कलेचा आत्मा एकच होऊ शकेल. तो म्हणजे मानवजातीच्या चिरंतन समस्या सोडविण्याचा प्रयत्न करताना श्रमजीवी वर्गाला जे विशिष्ट अनुभव येतात त्यांचे प्रामाणिक चित्रण हा होय. कुठल्याही पक्षाच्या ठरावांचा समाजाच्या कानाकोपऱ्यात प्रसार करणे हे काही कलावंताचे कार्य नव्हे. ते प्रचारकाचे काम आहे. श्रमजीवी वर्गाचा भविष्यकाळ, त्याचे जीवन, त्याच्या गरजा, त्याची स्वप्ने, यांच्यातूनच विविध गुणांनी युक्त अशी लोककला निर्माण होईल. पांढरपेशाप्रमाणे दलित जनतेच्या जीवनातही जी दु:खबीजे असतात, त्यांच्याकडे दुर्लक्ष करून कोणत्याही लोककवीला आपल्या कलेचा खराखुरा आविष्कार करता येणार नाही.

राजकारणातला प्रतिस्पर्धी म्हणून मी लुडेन्डॉर्फशी झुंजत आहे. हातात शक्य तेवढी तीक्ष्ण शस्त्रे घेऊन मी त्याच्याशी लढत आहे. पण कवी म्हणून जर मी त्याचे चित्रण करण्याचा प्रयत्न करू लागलो, तर मानवतेला आवाहन करणारे आणि चिरंतन दु:खाचे द्योतक असलेले असे जे लुडेन्डॉर्फचे व्यक्तित्व असेल त्याच्याकडे मला काणाडोळा करता येणार नाही. लोककलेचे आणखीही एक मोठे कार्य आहे. उच्च वर्गाच्या संस्कृतीतून आलेला जो मोठा बौद्धिक वारसा आहे त्याचे तिने संरक्षण आणि संवर्धन केले पाहिजे

– समाजाच्या तळापर्यंत, जनतेच्या हृदयापर्यंत तो नेऊन पोचविला पाहिजे.

कलावंताने आपल्या प्रत्येक कृतीत जीवनातली एखादी समस्या सोडविली पाहिजे असे मुळीच नाही. एखाद्या सुंदर साहित्यकृतीत सामाजिक मार्गदर्शन नाही म्हणून काय आपण ती दूर फेकून द्यायची? ही रसिकता फार संकुचित आहे असेच मी म्हणेन. असली अर्धवट वाङ्मयीन मूल्ये नेहमी फसवी ठरतात. केवळ सौंदर्य हेसुद्धा मनुष्याला मार्गदर्शक होऊ शकते. सौंदर्याच्या चिंतनाने माणसे अधिक चांगली होत नाहीत काय? त्यांच्या आत्म्यातली सुप्त उदात्तता सौंदर्याच्या दर्शनाने जागृत होत नाही काय? ज्यांना कला कशाशी खातात हे कधीच कळत नाही, असले पढिक पंडितच 'हरएक कवीने आपल्या प्रत्येक कृतीत वाचकांना बोधामृताचे घुटके पाजले पाहिजेत अथवा प्रचलित नीतीचे चाटण चाटविले पाहिजे' असे प्रतिपादन करू शकतात. आपल्या आज्या-पणज्या उश्यांवर कशिदा काढून बोधवचने विणून ठेवीत नव्हत्या का? तशीच काहीतरी या पंडितांची साहित्याविषयी कल्पना असते.

दोन हात, दोन पाय आणि एक पोट असलेला प्राणी एवढ्याच दृष्टीने मुत्सद्दी सामान्य मनुष्याकडे खुशाल पाहोत; कवी हा स्वभावतः मुत्सद्द्यांहून निराळा आहे. दोन ध्रुवांचे अंतर आहे या दोघांत. कवी आकाशातल्या तारकांचे आणि मेघांचे निरीक्षण करण्यात गुंग होऊन जाईल, वसंत ऋतूतल्या वायुलहरींचे संगीत ऐकण्यात आणि वर्षाकाळातल्या वादळाचे तांडवनृत्य पाहण्यात तो रंगून जाईल, जीवनाचे आणि केवळ जीवनाचेच नव्हे, तर मृत्यूचेही चिंतन करण्यात तो रममाण होईल. त्याला अशा गोष्टींपासून कोण दूर ठेवू शकेल?

क्रांतिकारकांच्या कलाकृतीत जीवनातल्या विविध संघर्षांचे आणि ते संघर्ष यशस्वी व्हावेत म्हणून झगडणाऱ्या माणसांचे उदात्त चित्रण केले जाते. पण कुठलाही संघर्ष केवळ संघर्ष म्हणून काही आपल्याला आवडत नाही. संघर्ष हे एक राजकीय प्रगतीचे साधन आहे. राजकारण हेसुद्धा तसेच एक मानवी विकासाचे साधन आहे. ते काही आपले साध्य नाही. पण संघर्षाशिवाय, राजकारणाशिवाय आपली स्थिती ज्याच्यावर हातोड्याने एकसारखे घाव घातले जात आहेत अशा लोखंडासारखी होते. आपण नुसते लोखंड होऊन चालणार नाही; त्या लोखंडाला आकार देणारा हातोडाही आपणच झाले पाहिजे.

राजकारणी पुरुषांनी स्वार्थी हेतूने निर्माण केलेल्या क्षुद्र कलहात ज्याची शक्ती झिजून वाया जाणार नाही असा समाज निर्माण करण्याचे आपले

स्वप्न आपण विसरून तर जात नाही ना? छे! छे! त्या ध्येयाचा आपण आपल्याला कधीही विसर पडू देता कामा नये. धंदेवाईक मुत्सद्द्यांच्या बौद्धिक गुलामगिरीतून मुक्त झालेला समाजच मानवतेला सुखाच्या मंदिराकडे नेऊ शकेल.

आपल्याला नवा समाज निर्माण करायचा आहे. ज्यात भुकेचे राक्षसी थैमान नाही, भीतीचे आकांडतांडव नाही, असा समाज आपल्याला घडवायचा आहे. तो समाज उच्च सुखाकरिता धडपडेल आणि झगडेल. त्याची दुःखेसुद्धा उच्च प्रकारची असतील.

१९

प्रिय,

तुम्ही अंत:स्फूर्तीने सूचित केलेली गोष्ट सर्वस्वी बरोबर आहे. स्वातंत्र्याविषयी तुम्हांला अमर्याद प्रेम आहे, जीवनाकडे तटस्थाच्या दृष्टीने पाहण्याची तुम्हांला आवड आहे. या दोन गोष्टींमुळे तुम्ही स्वत:वर उथळपणाचा आरोप लादून घेत आहा; पण तो पूर्णपणे चुकीचा आहे. तुरुंगवासातल्या खऱ्याखुऱ्या धोक्यावर तुम्ही अगदी अचूक बोट ठेवले आहे. हुकुमशाहीने जसे राष्ट्र दुर्बळ होते, त्याप्रमाणे शेकडा पंचाण्णव माणसे कारागृहात नि:सत्त्व होतात. सतत तुरुंगात राहिल्यामुळे आपल्याला आयुष्यात काहीतरी महत्त्वाचे काम करायचे आहे ही त्यांची इच्छाच मरून जाते! तुरुंगातल्या राजबंद्यांची जगण्याची इच्छासुद्धा अजिबात नाहीशी होते असा अनेकदा अनुभव येतो.

जर्मन लोकांना – मग ते डाव्या गटाचे असोत वा उजव्या गटाचे असोत – लष्करी शिस्त, संपूर्ण मानसिक आणि शारीरिक ताबेदारी, असल्या कल्पना फार आवडतात. ही यांत्रिक शिस्तीची आणि मनाला गुलाम करून सोडणाऱ्या जबाबदारीची कल्पना आपण दूर झुगारून दिली पाहिजे. समाजाच्या डोक्यावरली ती अवजड गोणी आहे. या ओझ्यामुळे त्याला मान वर करून स्वत:च्या डोळ्यांनी कुठलीच गोष्ट पाहता येत नाही.

मनाचा मर्दपणा आणि उदात्तपणा यांनी अलंकृत असलेले स्वातंत्र्य हा मोठा सद्‌गुण आहे. पण त्याच्या विकासाला जर्मनीची भूमी फारशी अनुकूल नाही. इथे मानसिक गुलामगिरीच लोकांना अधिक आवडते. या गुलामगिरीची तरफदारी करणारे विद्वान या देशात हवे तेवढे मिळतात. ते न मिळायला काय झाले? पोपटपंचीवर जगणारे पण प्राध्यापक म्हणून मिरविणारे पंडित

कुठलीही क्षुद्र गोष्ट करू शकतात. त्यांनी आपली पढिक विद्वत्ता जगाच्या बाजारात विक्रीलाच काढलेली असते! अशा प्रचारामुळे सारे युरोपखंड ही एक सैनिकांची प्रचंड चाळ होऊ पाहत आहे. या मेळाव्यात जो भाग घेणार नाही, त्याच्याइतका अभागी जगात दुसरा कोणी नाही.

बाहेरची हालहवाल काय आहे? वर्तमानपत्रांतून थोडीफार माहिती मिळते; पण ती फार अपुरी वाटते. मात्र अनेकदा माझ्या मनात येते – इथे अडकून पडल्यामुळेच आपल्याला बाहेरच्या परिस्थितीची अधिक चांगली कल्पना करता येत आहे. एखाद्या बेटावरल्या मनुष्याला जशी चौफेर दूरवर नजर टाकता येते, तसे मला इथून चालू काळाचे रंगरूप स्पष्ट दिसत आहे. मी बाहेर असतो, तर तात्पुरत्या घडामोडी महत्त्वाच्या वाटून त्यांनी माझी दृष्टी अंधूक झाली असती. त्यांचे खरे स्वरूप मला तत्काळ ओळखता आले नसते. पण इथून तटस्थपणाने मला सर्व गोष्टींकडे पाहता येत आहे. आपण फार मोठ्या क्रांतीच्या काठावर उभे आहोत असेच तुमच्याप्रमाणे मला वाटते. भोवतालच्या शांततेच्या देखाव्याने आपण फसून जाता कामा नये. जीवनातल्या प्रत्येक क्रियेत मंदणाचे असे काही क्षण येतातच. त्यांनाच आपण शांती म्हणून संबोधतो! पण ती खरी शांती नव्हे हे लवकरच लोकांना कळून चुकते.

मात्र समाजवाद हा मोठ्या सामाजिक संग्रामाशिवाय प्रस्थापित होणार नाही असे मला वाटते. देवाची देणगी म्हणून तो काही खास आभाळातून आपल्या हातात पडणार नाही. युरोप-अमेरिकेत सध्या जे काही चालले आहे, ती भांडवलशाहीच्या एकत्रित झालेल्या शक्तींची चढाई आहे. छोट्या भांडवलदारांविरुद्ध, मध्यम वर्गातल्या वरच्या आणि खालच्या सर्व थरांविरुद्ध, कामगारवर्गाविरुद्ध आणि खऱ्याखुऱ्या लोकशाही पद्धतीने कारभार करू पाहणाऱ्या राष्ट्रांविरुद्ध बडेबडे भांडवलदार युद्ध पुकारीत आहेत. (छोटे भांडवलदार समाजाचे कट्टे शत्रू होऊ शकत नाहीत. त्याला अनेक व्यावहारिक आणि मानसशास्त्रीय कारणे आहेत. या पत्रात त्यांची मोकळेपणाने चर्चा करणे मला शक्य नाही. आपली गाठ पडेल, त्या वेळी आपण याविषयी सविस्तर बोलू.)

मॅस्कबीरचे 'समाजवाद आणि सामाजिक संघर्ष यांचा इतिहास' हे पुस्तक तुम्ही पाहिले आहे काय? ते अवश्य वाचा अशी मी तुम्हांला शिफारस करतो. आजकालच्या गोंधळात हा ग्रंथ आपल्याला मार्गदर्शक होण्यासारखा आहे. मात्र ऐतिहासिक तुलना करताना आपण शक्य तेवढे सावध राहिले पाहिजे. सर्वसामान्य मार्क्सिस्ट इतिहासकार ज्यांच्याकडे सहसा लक्ष देत

नाहीत, अशा सामाजिक प्रगतीला हातभार लावणाऱ्या बौद्धिक शक्तीचे विवेचन आणि स्पष्टीकरण त्याने मोठ्या कुशलतेने केले आहे.

'नमस्ते', मुसलमान धर्मगुरू प्रार्थना करताना म्हणत असतो, 'प्राणिमात्र दु:खापासून मुक्त होवोत.' किती सुंदर प्रार्थना आहे ही!

२०

प्रिय,

सध्याच्या टीकाकारांविरुद्ध पॉल कॉर्नफील्डने जो लेख लिहिला आहे त्याविषयी माझे मत तुम्हांला हवे आहे. मागे तुमच्या वर्गणीदारांकरिता आणि त्याच्यापेक्षाही मनाला येईल ते लिहिणाऱ्या पत्रकारांकरिता– 'हिंकमॅन' नाटकाचे रहस्य विशद करणारा एखादा लेख मी लिहावा, असे तुम्ही मला सांगितले होते. त्या वेळी मी काढलेले उद्‌गार तुमच्या लक्षात आहेत काय? तेव्हा मी म्हटले होते, 'सर्वसामान्य रसिकाचे कोणत्याही बाबतीत सहज समाधान होते. त्यांची मने एका सरळ भावनेने प्रेरित झालेली असतात. पण ज्यांच्या मनात निरनिराळे गंड निर्माण झालेले असतात, त्या गंडांतच ते अहोरात्र रमतात आणि विचारांच्या उलट्या कोलांट उड्या मारण्यात किंवा त्यांना फाटे फोडण्यात ज्यांना आपल्या बुद्धीची परमावधी आहे असे वाटते, अशा माणसांची समजूत घालणे ब्रह्मदेवालाही शक्य नाही!' हे उद्‌गार काढताना बर्लिनमधले कंपू करून राहणारे टीकाकारच माझ्यापुढे प्रामुख्याने उभे होते.

कॉर्नफील्डचा लेख सौम्य आहे. तो वाचताना मला एक प्रकारचा निर्दय आनंद मिळाला. माझ्यासारख्या लेखकावर त्याचे नि:संशय उपकार आहेत.

बर्लिनमधले टीकाकार फार शहाणे आहेत. ते इतके विद्वान आहेत, की टीका करताना रसिकता, ग्रंथाचे मर्म जाणण्याची शक्ती, सौंदर्याविषयीची नैसर्गिक आसक्ती, इत्यादी गोष्टी यांच्या पांडित्याला भिऊन कुठे पळून जातात कुणास ठाऊक! कलाकृतीचा आत्मा त्यांच्या हाती कधीच लागत नाही!

या टीकाकारांना एखाद्या नाटकाचा विषय सरळ साध्या शब्दात सांगतासुद्धा येत नाही. त्यातल्या प्रतिपादनाने ते क्षणभरही अस्वस्थ होत नाहीत. नाटककाराने त्या बिचाऱ्यांना दोष देण्यात तरी काय अर्थ आहे? प्रत्येक धंद्यात माणसाला काही रोग निश्चित होतात. टीकाकारांचा धंदा असाच आहे. मनुष्य त्यात पडला की त्याचे रसिकतेचे इंद्रिय हळूहळू बधिर होत जाते.

त्याच्या या दुर्दैवाबद्दल कुणीही सहानुभूतीच दाखवील. पण आपल्या वैगुण्यांवर ही मंडळी वेळीअवेळी मोठमोठ्या गुणांची झूल चढवितात. 'हे कुणालाही कबूल करावेच लागेल!', 'असे म्हणायला मी कधीच कचरणार नाही.' 'मला हे स्पष्टपणाने सांगितलेच पाहिजे' अशी प्रस्तावना करून हे टीकाकार हवी ती मते बेधडक ठोकून देत असतात. म्हणून त्यांची लायकी उघड करून दाखविण्याची पाळी येते.

बर्लिनमधले प्रेक्षक मोठे अरसिक दिसतात हं! हे महापंडित त्यांच्या कानीकपाळी आपली मते ओरडून सांगत असताना ते त्यांना भीक घालीत नाहीत, याचा अर्थ हाच होतो.

२१

प्रिय,

माणसाचे एखादे कृत्य आणि त्याच्या मागचा त्याचा हेतू यांच्याविषयी आपणाला किती थोडी माहिती असते! जे दिसते, ते तसेच असते असे मानून आपण चालतो. कुठलाही प्रश्न उपस्थित झाला की मुकाट्याने त्याच्यापुढे मान वाकवायची, त्याचे सत्य स्वरूप जाणण्याकरिता मेंदूला शीण द्यायचा नाही, हे आपल्या अगदी अंगवळणी पडले आहे. झाड आपल्या अनेक मुळांच्याद्वारे पृथ्वीच्या पोटातून विविध रस मिळविते. हे रसच त्याला सौंदर्य आणि सामर्थ्य प्राप्त करून देतात. पण अशा रीतीने कुठल्याही गोष्टीच्या मुळाशी जाणे पोरकटपणाचे आहे, अशी आपण आपली समजूत करून घेतो. तसल्या भानगडीत हजारातला एक मनुष्यसुद्धा सहसा पडत नाही!

इथे माझा एक कैदी मित्र आहे. गुन्हेगार म्हणून त्याला तुरुंगात यावे लागले आहे. भावापेक्षाही तो मला अधिक प्रिय वाटतो. त्याचे मन किती नाजूक आहे म्हणून सांगू! त्याच्या उत्कट, सरळ आणि सर्वस्पर्शी भावनांकडे पाहिले, म्हणजे मन कसे मोहून जाते. असा मनुष्य तुरुंगात आला तरी कसा याचे तुम्हांला आश्चर्य वाटणे स्वाभाविक आहे. तीच हकिगत आता मी सांगणार आहे.

तो एकोणीस वर्षांचा कोवळा पोरगा होता, तेव्हा एका मनुष्याला सुऱ्याने भोसकण्याचा गुन्हा त्याच्या हातून घडला. न्यायदेवतेने त्याला सात वर्षे तुरुंगात डांबून ठेवण्याचे फर्मान सोडले. सात वसंत ऋतूंत फुले फुलतील; सात उन्हाळ्यांत सूर्य हसेल; सात हिवाळ्यांत बर्फ पडेल; पण त्याचा आनंद

या दुर्दैवी जीवाला उपभोगता येणार नाही.

एके दिवशी संध्याकाळी त्याच्या कोठडीत आम्ही दोघे बसलो होतो. गोष्टी बोलता-बोलता त्याने त्या प्रसंगाचे अक्षरश: वर्णन केले ते असे –

वसंत ऋतूतला रविवार होता तो! एका मुलीला बरोबर घेऊन म्यूनिचमधल्या बागेत तो फिरायला गेला. दोघेही मोठ्या मजेत होती. हळूच एकमेकांच्या दंडांना चिमटे काढावेत, सर्वांसमक्ष परस्परांची चुंबने घ्यावीत, इत्यादी तारुण्यातल्या अवखळपणाला शोभणाऱ्या गोष्टी, ती दोघे करीत होती. मग ती दोघेही एका उपाहारगृहात गेली. त्यांनी बीर मागविली आणि एकमेकांच्या मधुर रोमांचकारक स्पर्शाच्या आनंदात धुंद होऊन ती तिथे बसली.

त्यांच्या समोरच्याच मेजावर तीन माणसे पेये घेत बसली होती. माझ्या मित्राला त्यांची साधारण माहिती होती. मोठे हुषार गवंडी म्हणून आपल्या कारागिरीचा त्यांना फार अभिमान होता. साध्या मजुराकडे ते तिथे नेहमी तुच्छतेने पाहत असत.

माझा मित्र मध्येच उठून सामान ठेवायच्या खोलीत जाऊन आला. तिथे जाऊन त्याने आपला टाय नीट-नेटका केला. सुट्टीच्या दिवशी मुद्दाम चापून चोपून बसविलेल्या आपल्या केसांवरून हात फिरवून त्याने ते नीट बसविले. तो परत येऊन पाहतो तो –

ती मुलगी ओक्साबोक्शी रडत होती. तो गोंधळून गेला. काय झाले म्हणून त्याने तिला पुन:पुन्हा विचारले, तेव्हा कुठे समोर बसलेल्या त्या तिघांनी आपल्याला बाजारबसवी म्हटले, चार दमड्यांकरिताच तू धंदा करीत आहेस ना, असा प्रश्न विचारून आपला अपमान केला, असे तिने स्फुंदत त्याला सांगितले.

समोरच्या टेबलाजवळ बसलेले ते तिघे दात विचकून फिदीफिदी हसत होते. माझ्या मित्राचा राग अनावर झाला. 'लूद भरलेले कुत्रे' असे काही तरी म्हणत तो त्यांच्या अंगावर धावून गेला. भावना दुखावल्यामुळे चिडून गेलेला बव्हेरियन शेतकरी 'लुच्चे, पाजी, हरामखोर' इत्यादी ज्या शेलक्या शिव्या वापरतो, त्या त्याच्या तोंडून भराभर निघू लागल्या. ते तिघे ताडकन उठले. त्यांनी आपली स्टुले उचलली. ती ते माझ्या मित्राच्या अंगावर फेकणार इतक्यात त्याने आपला सुरा काढला. हल्ला करणारांपैकी एकाच्या मर्मी तो चुकून लागला नसता, आणि तो मनुष्य जमिनीवर कोसळून निश्चेष्ट पडला नसता, तर सुट्टीच्या दिवशी नेहमी होणाऱ्या साध्या मारामारीचेच स्वरूप त्या भांडणाला आले असते; पण त्या जमिनीवर पडलेल्या मनुष्याचे हातपाय क्षणार्धात ताठ झाले. तो मेला हे लोकांच्या लक्षात आले. लगेच गोंधळ आणि

भीती यांचे साम्राज्य त्या जागी पसरले. दुकानाचा मालक, सारी गिऱ्हाइके, माझा मित्र, सर्वांच्याच मनावर विचारशक्ती बधिर करून सोडणाऱ्या कसल्या तरी छाया पसरल्या.

आपण एकटेच आहो असे त्या क्षणी माझ्या मित्राला वाटले. त्याच्यापुढे एक मनुष्य मरून पडलेला होता. त्या मृत मनुष्याच्या छातीत सुरा खुपसलेला होता. तो सुरा त्याचा होता. पण त्याला त्याची जाणीवच झाली नाही. त्या वेळच्या आपल्या मन:स्थितीचे वर्णन त्याने माझ्यापाशी असे केले.–

'काय घडलं याची मला प्रथम कल्पनाच आली नाही. एकदम खूप तहान लागल्यासारखं वाटलं मला! एक पेलाभर बीर घेतल्याशिवाय आपल्याला बरे वाटणार नाही एवढा एकच विचार माझ्या डोक्यात आला. दुकानातल्या नोकराकडून ती मी मागविणार होतो; पण समोर तर मला कुणीच दिसेना! म्हणून मी स्वत:च पुढे गेलो, एक पेला भरला, आणि एका घोटासरशी तो पिऊन टाकला. मला थोडं बरं वाटलं. पण ते क्षणभरच! लगेच माझ्या डोक्यात लख्ख प्रकाश पडला. रागाच्या भरात नकळत माझ्या हातून काय घडलं याची मला कल्पना आली. मी दुकानातून झपाट्यानं बाहेर पडलो. संध्याकाळपर्यंत मी रस्त्यातून धावत होतो. मग पाऊस पडायला सुरुवात झाली. माझ्या डोक्यावरून पाणी ठिबकू लागलं. माझ्या डोक्यावर टोपी नाही, हे तेव्हा कुठं माझ्या लक्षात आलं. मी विचार करू लागलो – माझी टोपी कुठं आहे? कुठं बरं मी विसरलो ती? एकदम मला आठवण झाली. ती त्या दुकानातच राहिली होती. ती टोपी काही करून परत मिळविली पाहिजे. या एकाच इच्छेचा पगडा माझ्या मनावर बसला. माझ्या नुकत्याच झालेल्या पगारातून ती टोपी मी विकत घेतली होती – अगदी नवी कोरी होती ती! ती अशी गमावणं महामूर्खपणाचं होईल असं मला वाटलं. या विचारात गुंग असतानाच माझी पावलं त्या दुकानाकडे वळली. दुकानापुढं साधा पोशाख केलेली दोन माणसं उभी होती. मी दिसताच त्यांनी मला पकडलं, हातकड्या घातल्या आणि मला पोलीसचौकीवर नेलं. दुसऱ्या दिवशी त्या प्रेताची चिरफाड होत असताना मला ती पाहत उभं राहावं लागलं. अशी दुर्गंधी सुटली होती म्हणता त्याची! मला तिथं उभं राहवेना! कसं अगदी मळमळल्यासारखं होऊ लागलं. मी दुसरीकडे पाहू लागलो. त्याबरोबर तिथला डॉक्टर म्हणाला, 'अहो खुनी महाशय, आपला हा पराक्रम नीट बघा ना जरा!' पुढे कोर्टासमोर मला वारंवार उभं करण्यात आलं. शेवटी – माझ्या खटल्याचा निकाल काय झाला ते तुम्हांला सांगायला नकोच!'

त्याच्या खटल्याची हकिगतही सांगण्याजोगी आहे. सरकारी वकील कुठलीतरी

महत्त्वाची गोष्ट मुद्दाम लपवून ठेवीत आहे हे सुनावणीत पहिल्यापासून उघड दिसत होते. ते रहस्य काय आहे याची माझ्या मित्राला मुळीच कल्पना नव्हती. पण त्या हुकमी पत्त्याच्या बळावर वकील म्हणून आपले नाव गाजविण्याचा आणि आरोपीला जास्तीत जास्त वर्षे तुरुंगात डांबून ठेवण्याचा डाव त्याने रचला होता.

शेवटच्या साक्षीदाराची साक्ष सुरू होण्यापूर्वी घसा थोडा साफ करून सरकारी वकील न्यायाधीशांना म्हणाला, 'एका स्त्रीनं साक्ष देण्याची इच्छा प्रकट केली आहे.' कोर्टाने तिचे म्हणणे ऐकून घ्यायचे ठरविले.

एक बुटकी बाई लंगडत लंगडत न्यायासनासमोर आली. खूप बडबड करीत तिने आपली हकिगत सांगितली. या खुनाच्या दिवशी ती आपल्या चुलत भावाला भेटायला गेली होती म्हणे! त्याच्याकडून परत येताना पेलाभर दारू घ्यावी असे तिच्या मनात आले. या वेळी दारू घेण्याची इच्छा तिला होण्याचे कारण नुसती मौजेची हौस हेच नव्हते. तिला पतीच्या मृत्यूच्या दिवसाची आठवण झाली. तिने ते पेय मागविले. ते पिऊन संपते तोच दुकानातली सारी माणसे पळू लागली. काय झाले आहे ते कुणालाच कळेना! ती झटकन एका मेजाखाली सरपटत जाऊन लपून बसली. क्षणभर तिला काहीच दिसले नाही. मग तिची नजर त्या जमिनीवर पडलेल्या माणसाकडे गेली. त्या प्रेतापाशी खुनी मनुष्य उभा होता. त्याच्या मुद्रेवर पश्चात्तापाची लहानशी छटासुद्धा दिसत नव्हती. प्रेताकडे क्षणभर पाहत तो क्रूर मनुष्य दुकानातल्या बीअरच्या पिपापाशी गेला आणि त्याने आपल्या हाताने पेलाभर दारू ओतून घेतली. ती पीत असताना आपल्या ओठांच्या कोपऱ्याला लागलेला बीअरचा फेस खुनी मनुष्य शांतपणाने चाटत होता. त्याची ही वागणूक पाहून तिच्या काळजाचे पाणी पाणी झाले. हा मनुष्य शुद्ध राक्षस असला पाहिजे असे तिच्या मनात आले.

ही सारी हकिगत सांगून आत्तापर्यंत साक्ष देण्याकरिता पुढे न आल्याबद्दल तिने कोर्टाची क्षमा मागितली. लहानपणापासून शपथेवर कुठलीही गोष्ट सांगण्याची आपल्याला भीती वाटते, म्हणून कोर्टापुढे येण्याचे धाडस आपल्याला आत्तापर्यंत करवले नाही, असे तिने सांगितले.

सरकारी वकील मोठ्या गोड आवाजात तिला म्हणाला, 'खुनी मनुष्यानं तो पेला कसा भरला याचं सविस्तर वर्णन तुम्ही माझ्यापाशी केलं होतं.'

'होय. पेला भरल्यावर त्यानं तिथली पळी उचलली आणि वर तरंगणारा फेस बाजूला काढून टाकला. मग पुन्हा पिपाची चावी सोडून आपला पेला त्यानं काठोकाठ भरून घेतला.'

न्यायाधीशाने आरोपीला विचारले, 'हे खरं आहे काय?'

'होय.'

'हे सारं करीत असताना तुझ्या मनात कसले विचार येत होते? संतापानं बेफाम झालेला मनुष्य शांतपणानं पेल्यातल्या दारूवरचा फेस काढून टाकतो व तो पुन्हा काठोकाठ भरून घेतो, या दोन गोष्टींची संगती कशी लावायची?'

'त्या वेळी माझ्या मनात काय चाललं होतं ते मला आत्ता आठवत नाही. आपला पेला अशा रीतीनं भरून घ्यायची मला नेहमीची सवय होती. दुकानातली नोकरमाणसं गिऱ्हाइकांना फसवीत असतात. शिवाय खोटी वजनंमापं वापरणाऱ्या लोकांच्याविरुद्ध स्थापन झालेल्या मंडळाचा मी सभासद आहे. त्यामुळं पेल्यात बीअर ओतल्यानंतर तो नीट भरला पाहिजे या कल्पनेनं मी या साऱ्या गोष्टी केल्या असाव्यात!'

सरकारी वकील आपले शेवटचे भाषण करण्याकरिता उठला. ते भाषण म्हणजे वक्तृत्वकलेचा उत्कृष्ट नमुना आहे असा त्याचा वर्तमानपत्रांनी डांगोरा पिटला. मार्मिक, प्रासादिक, वक्तृत्वपूर्ण वगैरे विशेषणांची त्याच्या भाषणावर खैरात झाली.

साऱ्या पत्रांनी छापले होते – खून केल्यानंतर खुनी मनुष्य दारू प्याला हा प्रसंग रंगविताना सरकारी वकिलांनी अत्यंत वक्तृत्वपूर्ण अशा भाषणाचा नमुना आपल्यापुढे ठेवला आहे. खुनी मनुष्य किती उलट्या काळजाचा होता हे या एका प्रसंगावरून सिद्ध करण्यात त्यांचे बुद्धिचातुर्य दिसून येते. त्यांच्या भाषणातली काही वाक्ये अशी आहेत – 'मनुष्याचा स्वभाव त्याच्या कृत्यात इतक्या स्पष्टपणानं व्यक्त झाला असल्याचं दुसरं उदाहरण माझ्या दीर्घकालीन वकिलीच्या काळात माझ्या पाहण्यात नाही. गुन्हेगाराने खून किती थंडपणानं केला तो पाहा – आपल्या सुऱ्याला बळी पडलेला मनुष्य खाली रक्ताच्या थारोळ्यात तडफडत आणि आचके देत प्राण सोडीत असताना हा गृहस्थ सरळ दारूच्या पिपाकडे जातो; स्वत:च्या हातानं दारूचा पेला भरतो; आणि खोट्या वजनमापाविरुद्ध चळवळ करणाऱ्या मंडळाचा आपण सभासद आहो हे लक्षात आणून त्या पेल्यातला फेस काढून टाकून तो पुन्हा काठोकाठ भरून घेतो!'

अशा चमकदार वक्तृत्वाने आपली बाजू सजवून, 'आरोपीच्या मनाचा प्रक्षोभ व्हावा असे काही घडल्याचा पुरावा कोर्टापुढं आला असला, तरी तो या मानानं मुळीच महत्त्वाचा नाही.' असे सरकारी वकिलाने सांगितले. वर्तमानपत्रांनी ही सारी हकिगत देऊन लिहिले होते – 'सरकारी वकिलांच्या

या भाषणातले सत्य नाकारणे न्यायमूर्तींनाही शक्य झाले नाही. अर्थात त्यांनी जो खटल्याचा निकाल सांगितला, तो ऐकून कोर्टात जमलेल्या सर्वच लोकांना मोठे समाधान वाटले!'

२२

प्रिय,

मी कधीच कुठल्याही संप्रदायाची चिठ्ठी कपाळावर चिकटवून घेतलेली नाही. मी 'ट्रान्स्फिग्युरेशन' नाटक लिहिले, तेव्हा स्टर्नहेम किंवा कैसर या नवीन संप्रदायाच्या नाटककारांची कुठलीही कृती मी वाचली नव्हती. प्रतीकवाद आणि त्याच्यासारखेच इतर वाद ही काय प्रकरणे आहेत, हेही त्या वेळी मला ठाऊक नव्हते.

'ट्रान्स्फिग्युरेशन' नाटकात नव्या तंत्राचा जो प्रयोग मी करून पाहिला, तो 'मासेस ॲण्ड मॅन'मध्ये प्रथमत:च पूर्णपणे यशस्वी झाला असे म्हणता येईल. ही नाट्यपद्धती सर्वस्वी माझी स्वत:ची आहे. माझ्या मनात फुलणाऱ्या सर्व कल्पनांचा आणि भावनांचा या पद्धतीनेच यथार्थ आविष्कार होऊ शकतो असे मला वाटते.

मी खाली लिहीत आहे ते वाचून तुम्हांला थोडे नवल वाटेल. पण ही गोष्ट अक्षरश: खरी आहे. थोड्या कविता सोडून दिल्या, तर गेल्या पावणेदोन वर्षांत माझी प्रतिभा अगदी मुकी झाली होती. जणू काही अंतरीची वेल सुकली होती. तिच्यावर एकही फूल उमलणे शक्य नव्हते. या अवधीत मी अवाक्षरसुद्धा लिहिले नाही! आणि मग एकदम तीन दिवसांत मी हे नाटक लिहिले. त्या तीन दिवसांत माझे मन अगदी धुंद होऊन गेले होते. माझी शुद्धच हरपली होती. मी स्वत:ला विसरून गेलो होतो. मी एकसारखा लिहीत होतो. माझ्या नाटकाखेरीज दुसऱ्या कशाचेच मला भान नव्हते.

या नाटकातल्या काही काही गोष्टी तुम्हांला चमत्कारिक वाटणे स्वाभाविक आहे. ज्यांचा उल्लेख असावा असे तुम्हांला वाटते, त्या गोष्टी गाळल्या गेल्या आहेत. काही साध्या वाटणाऱ्या गोष्टी अधिक विस्ताराने सांगण्यात आल्या आहेत. हे सारे तुमच्या मनाला खटकले, तर त्यात नवल नाही. पण या सर्वांचा उगम भाषा आणि तिच्याद्वारे होणारा आविष्कार यांच्याविषयी जी नवीन भावना माझ्यामध्ये उत्पन्न झाली आहे तिच्यात आहे हे तुम्ही विसरू नका. माझ्याप्रमाणेच सध्याच्या अनेक लेखकांतही आविष्काराची ही नवीन जाणीव

निर्माण झाली आहे.

या क्रांतिकारक काळातला एक अत्यंत अवघड असा संघर्ष या नाटकात साकार आणि सजीव करण्याचा मी प्रयत्न केला आहे. ज्या कलावंताला काही तरी नवीन करून दाखविण्याची अंत:प्रेरणा अस्वस्थ करून सोडते, त्याला अशा प्रकारच्या संघर्षाचा स्वीकार करावाच लागतो.

मी हे नाटक माझ्या इथल्या अनेक सोबत्यांना वाचून दाखविले. त्यात शेतकरी होते, कामगार होते, मजूर होते. ते ऐकायला काही मठ्ठ डोक्याचे तुरुंगातले पहारेकरीसुद्धा होते. या सर्व श्रोत्यांपैकी प्रत्येकाला ते नाटक फार चांगले समजले. त्यात चित्रित केलेले जीवन आणि त्यातला संघर्ष यांच्याशी जो तो आपापल्या परीने समरस झाला. त्यातला प्रत्येक जण या नाटकातल्या रसाचा आस्वाद घेऊ शकला हे पाहून माझे मन आनंदाने अगदी भरून गेले. एक कामगार म्हणाला, 'या नाटकाने श्रमजीवी वर्गाच्या भावना जशा शुद्ध होतील, तसे ते मध्यम वर्गाच्या लोकांना दलितांच्या तीव्र जीवनकलहाविषयी, अंधूक का होईना, कल्पना खास आणून देईल.'

बर्लिनच्या रंगभूमीविषयी तुम्ही आपल्या पत्रात जी तक्रार केली आहे ती सकारण व साधार आहे हे मी कबूल करतो. रंगभूमीची ही स्थिती हे या अवनत युगाचेच एक लक्षण आहे. आपल्या अंत:करणात सदैव लोभाची पूजा करणाऱ्या, अहोरात्र दुसऱ्याला लुबाडून नफा कसा मिळवावा या विवंचनेत असणाऱ्या आणि तुरुंगातून पळून जाण्याचा गुन्हा करण्याच्या सबबीवर राजबंद्यांना गोळ्या घालाव्या असे म्हणणाऱ्या या श्रीमंत लोकांची अभिरुची कितीशी उच्च असणार? ती कशी शुद्ध राहणार? उच्च दर्जाच्या रंगभूमीविषयी त्यांनी प्रेम बाळगावे ही अपेक्षाच चुकीची आहे.

वाळूतून कधी तेल निघाले आहे का? आपल्या रंगभूमीवर जी दृश्ये दिसतात, ती जीवनात आपल्या भोवताली चाललेल्या अत्याचारांना शोभतील अशीच असतात. असल्या क्रूर कृत्यांपैकी एकाचाच उल्लेख मी इथे करतो. सर्वत्र पूर्ण शांतता नांदत असताना म्यूनिचच्या मुख्य पोलीस अधिकाऱ्याच्या खासगी खोलीत एका ज्यूला गलिच्छ ठरवून दंडुक्याने ठोकून त्याचे हाल-हाल करण्यात आले होते. क्रूर कहाण्या पदोपदी कानावर येत असलेल्या या काळातही ती मोठी भयंकर गोष्ट होती. समाजाची अभिरुची मोठी विकृत बनली आहे हेच खरे! नाटकगृहात अश्रू आणि हुंदके निर्माण होतील अशी दृश्ये दाखवायची आणि बाहेर हिंसेची व पाशवी शक्तीची मुक्त हस्ताने पूजा करायची! आजच्या युगाचा जणू काही हा धर्मच होऊन बसला आहे! आपली वर्तमानपत्रे तरी या खालावलेल्या रंगभूमीपेक्षा कितीशी निराळी आहेत? अग्रलेखात

ती दंडुकेशाहीच्या उपयोगांचे समर्थन करतात आणि इतर मजकुरात ठिकठिकाणी शांततेच्या पुरस्काराचे प्रदर्शन मांडतात. हे ढोंग, हा मानभावीपणा – आत्म्याची ही गळचेपी – आजच्या समाजाचा हा शाप आहे!

२३

प्रिय,

'हिंकमॅन' नाटकात कलेच्या दृष्टीने मी किती प्रगती केली आहे याची मला पुरेपूर जाणीवर आहे. त्यामुळे तुमचे पत्र वाचून मला फार आश्चर्य वाटले. लढाईत लुळ्यापांगळ्या झालेल्या एका माणसाची दु:खान्त कथा एवढेच त्या नाटकाचे स्वरूप आहे अशी तुमचीसुद्धा समजूत झालेली पाहून मी चकित झालो. इतर परीक्षकांप्रमाणे तुम्हीही बाह्य स्वरूपापलीकडे गेला नाही; त्याच्या आत्म्याला हात घालू शकला नाही. पण फळाची साल म्हणजे काही त्याचा गाभा नव्हे! तुमच्याविषयी माझी अपेक्षा थोडी निराळीच होती.

मोठमोठ्या शहरांतल्या स्वत:ला रसिक म्हणवून घेणाऱ्या टीकाकारांची अशा वेळी मला कीव येते. कल्पनाहीन आणि भावनाशून्य लोकांचा भला मोठा तांडा असतो हा! त्यांना स्वत:ची अशी बुद्धीच नसते. सारा पोपटपंचीचा कारभार! ज्या अंत:प्रेरणेने मनुष्य सौंदर्याचा आस्वाद घेऊ शकतो, ती त्यांच्या ठिकाणी अगदी सुकून गेलेली असते. ते फक्त विद्वत्तेचा मोठा डौल आणतात व आपला मेंदू शिणवून घटपटादी खटपट करीत बसतात. अर्थशून्य शब्दावडंबर माजविण्यात आणि क्षुद्र कल्पना पिंजत बसण्यात त्यांना मोठी हौस वाटते. परंतु जीवनात जे साधे पण गहन प्रश्न निर्माण होतात त्यांचे आकलन करणारी अंतर्दृष्टी यांच्यामध्ये मुळीच असत नाही. त्यांना हे प्रश्न जणू काही अगदी निषिद्ध वाटतात.

समाजवाद विजयी झाल्यावरच 'हिंकमॅन' नाटकाचा खरा आणि पुरा अर्थ लोकांना कळेल असे मी पूर्वीच तुमच्यापाशी बोललो नव्हतो काय? माझे राजकारणी मन पुन: पुन्हा म्हणते, 'हिंकमॅन'चे रंगभूमीवर प्रयोग होऊ देण्यात तू फार मोठी चूक करीत आहेस; पण प्रामाणिक कलावंताची स्थिती खऱ्याखुऱ्या धर्मनिष्ठ मनुष्यासारखी असते. धार्मिक मनुष्य जगातल्या सर्व वैभवापेक्षा आपल्या आत्म्याच्या मोक्षाची किंमत अधिक मानतो. कलावंताचेही तसेच होते. जीवनातल्या ज्या आभासांची सामान्य मनुष्य अंधभक्तीने पूजा करीत असतो आणि ज्यांच्यावर त्याची अंत:प्रेरणा व कृतिसामर्थ्य ही अवलंबून असतात,

त्यांच्यापुढे प्रामाणिक कलावंत आपले मस्तक नम्र करू शकत नाही. त्या आभासावरले मोहक बुरखे दूर करून त्यांचे सत्यस्वरूप लोकांना दाखविलेच पाहिजे अशी टोचणी त्याला लागून राहते. व्यवहाराच्या दृष्टीने हे बरोबर नसेल. बुद्धीलाही ते कदाचित पटणार नाही. पण या सर्वांच्या पलीकडची एक शक्ती त्याला या आभासांच्या सत्यस्वरूपाचा आविष्कार करायला प्रवृत्त करते. तो फक्त एकाच गोष्टीची पर्वा करतो. तो म्हणजे प्रामाणिक अनुभव – जीवनाशी समरस झाल्यामुळे येणारा अनुभव!

मुत्सद्दी आणि कलावंत, राजकारणी पुरुष आणि धर्मशील मनुष्य, राजनीती आणि जीवनीती, या विरोधी जोड्या आहेत. त्यांच्या भूमिका मूलत:च भिन्न आहेत. त्यांच्या अंतरात्म्यांच्या अगदी आतल्या कप्प्यातसुद्धा ही भिन्नता स्पष्टपणे दृग्गोचर होते. त्यांच्यामधला हा विरोध अपरिहार्य आहे. तडजोड, सुवर्णमध्य, वगैरे शब्द त्याच्या बाबतीत अर्थहीन ठरतात.

सर्व बाजूंनी माझा कोंडमारा चाललाय! तुरुंगातून सुटताच ब्रन्सविक, डॅन्झिग, ड्रेसडेन, लेपझिक, वगैरे अनेक ठिकाणी मी भाषणे केला पाहिजेत असे मला सांगण्यात येत आहे. बर्लिनमधल्या सर्वांत मोठ्या नाटकगृहात आणि इतर मोठमोठ्या सार्वजनिक ठिकाणी माझ्या स्वागताचे समारंभ होणार आहेत म्हणे. पण मला या समारंभांत मुळीच स्वारस्य वाटत नाही. अजून माझे सहाशे सोबती तुरुंगात आहेत. माझ्या जाहीर भाषणाचा त्यांच्या सुटकेच्या कामी काही उपयोग होईल असे मला वाटले, तर मी चार शब्द बोलू शकेन. पण सध्या तरी मला तशी आशा मुळीच वाटत नाही.

माझी अंतरीची इच्छा अगदी निराळी आहे. मला वाटते तुरुंगातून सुटल्यानंतर भोवताली जे-जे घडतंय, ते-ते तन्मयतेने पाहावे; जे जे कानावर पडेल, ते-ते समरसतेने ऐकावे, खूप खूप काम करीत राहावे– असे झाले तरच आपल्या ध्येयाच्या प्रगतीला उपयोगी पडतील असे शब्द मला सुचू शकतील. माझ्या लेखणीत मार्गदर्शनाला आवश्यक असलेली शक्ती निर्माण होईल.

■

सुवर्णकण

वि. स. खांडेकर

'जिब्रानच्या गोष्टी इतक्या सोप्या नाहीत. काव्य, टीका व तत्त्वज्ञान या तिन्हींचा संगम साधून तो कथेच्या रूपाने अतिशय अचूक रीतीने व्यक्त करणे त्याच्या प्रतिभेला आवडते. पहाटेच्या दाट धुक्यामुळे आपल्याभोवती समुद्राला लाजविणारे सौंदर्य निर्माण होते. पण त्याच धुक्यामुळे हाताच्या अंतरावर असलेल्या वस्तूसुद्धा अंधूक अंधूक दिसू लागतात. जिब्रानच्या अनेक कथा अशाच आहेत. 'दानशूर', 'दोन पंडित', 'दोन संन्यासी' इत्यादी गोष्टींत मानवी स्वभावाची जी वैगुण्ये जिब्रानने दिग्दर्शित केली आहेत, ती दैनंदिन व्यवहारात पुन:पुन्हा दिसत असल्यामुळे या कथांची वेधकता आपल्याला चटकन जाणवते. पण 'दोन पिंजरे', 'दोन पिढ्या', 'कबरस्थानातला नोकर' इत्यादी कथांत लेखकाला ज्या अनुभूतीची प्रचिती रसिकाला घडवायची आहे, ती सूक्ष्म व गूढ असल्यामुळे आणि तिचा आविष्कार अत्यंत संयमाने केला गेल्यामुळे, वाचक थोडासा गोंधळात पडल्यावाचून राहत नाही. पण याबद्दल जिब्रानला जबाबदार धरणे अन्यायाचे होईल. सतारीच्या गतीतले तरल सौंदर्य जाणवून डोलू लागायला श्रोताही वादकाइतकाच रसिक असावा लागतो.'

www.ingramcontent.com/pod-product-compliance
Lightning Source LLC
Chambersburg PA
CBHW070813250626
47170CB00006B/2085
9788171616336